காலநதி

ஆன்மாவின் ஆலாபனை...

ஆரூர் தமிழ்நாடன்

படைப்பு பதிப்பகம்
#8, மதுரை வீரன் நகர்
கூத்தப்பாக்கம்
கடலூர் - தமிழ்நாடு
607 002
94893 75575

நூல் பெயர்	:	காலநதி (கட்டுரை)
ஆசிரியர்	:	ஆரூர் தமிழ்நாடன்
பதிப்பு	:	முதற்பதிப்பு 2020
பக்கங்கள்	:	113
வடிவமைப்பு	:	முகம்மது புலவர் மீரான்
அட்டைப்படம்	:	ஆரூர் த. இலக்கியன்
வெளியீட்டகம்	:	இலக்கிய படைப்பு குழுமம்
அச்சிடல்	:	படைப்பு மீடியா நெட்வொர்க்ஸ், சென்னை
வெளியீடு	:	படைப்பு பதிப்பகம்
பதிப்பாளர்	:	ஜின்னா அஸ்மி
விலை	:	ரூ 100

Title	:	Kaalanathi(Article)
Author	:	Aarur Thamilnadan
Edition	:	First Edition - 2020
Pages	:	113
Printed by	:	Padaippu Media Networks, chennai
Publishing Agency	:	Ilakkiya Padaippu Kuzhumam
Published by	:	Padaippu Pathippagam
Website	:	www.padaippu.com
E-mail	:	admin@padaippu.com
ISBN	:	978-81-945754-0-5
Price	:	₹ 100

அன்பின் நிழலாய்த்
தொடரும்
கவிக்கோ அப்துல் ரகுமான்
அவர்களுக்கு

பதிப்புரை

ஜின்னா அஸ்மி, பதிப்பாளர்

காலமும் நதியும் ஒரே கருவில் உயிர்த்தெழுந்த இரட்டைக் குழந்தைகள். அழுகையும் துயரமும் காலத்தின் கணக்கீடு, ஆழமும் தூரமும் நதியின் அளவீடு. நிகழ்காலம் இறந்தகாலமாக மாறிய பின்பும் அஸ்தியின் வழியாக ஆற்றில் இறங்கும் ஆன்மாவை அழைத்துக் கொண்டு கடல் சேரும் நதியே காலத்தின் குறியீடு. இதில், கடல் என்பது தேங்கிய நதி. நதி என்பது ஓடிக் கொண்டிருக்கும் கடல். ஓய்வெடுப்பதை ஓய்ந்து போனதாக உலகம் நினைத்துவிடக் கூடாதென்பதற்காகவே அடித்துக்கொண்டு அலைகள் மூலம் கரைக்கு வருகிறது காலநதி. இப்படிப்படிப்பட்ட காலநதியின் ஓட்டத்தை, ஞானத்தின் பாதையில் நகர்த்தி, நகர்வலம் விட தொகுக்கப் பட்டிருப்பதே இந்நூல். புரியாமல் போகும் இப்பெருவாழ்வின் சூட்சமங்களை புரியும் வகையில் எதார்த்தமாக சொல்லி இருப்பதும், கண்களை மூடிக்கொண்டு மனதால் படிக்கும் மாயத்தை காட்டியிருப்பதும் இந்நூலின் பலம்.

நக்கீரன் இதழின் தலைமைத் துணை ஆசிரியராகவும், 'இனிய உதயம்' இலக்கியத் திங்களிதழின் இணை ஆசிரியராகவும் பணியாற்றி வரும் படைப்பாளி ஆரூர் தமிழ்நாடன் அவர்கள், கவிதைகள், கட்டுரைகள், சிறுகதைகள், நாவல்கள் என பல்வேறு இலக்கியப் படைப்புகளுடன் திரைப்படப் பாடல்களும் எழுதிவருகிறார். எண்ணற்ற கவியரங்குகளையும், பட்டிமன்ற, வழக்காடு மன்றங்களையும் தலைமையேற்று நடத்தியிருக்கிறார். 'பெரியார் விருது', கவிக்கோ விருது போன்ற பல விருதுகளும், 'கவிமாமணி', 'கவிப்புயல்', 'கவியருவி' போன்ற பல பட்டங்களும் பெற்றிருக்கிறார். இவரது முதல் கவிதை நூலான 'கற்பனைச் சுவடுகள்', கலைஞர் கருணாநிதி அவர்களின் அணிந்துரையோடு, அவரது 21-வது வயதில், வெளியானது என்பது குறிப்பிடத்தக்கது

எமது படைப்பு பதிப்பகத்தின் மூலமாகத் தனது தொகுப்பை வெளியிட முன்வந்த படைப்பாளி, ஆரூர் தமிழ்நாடன் அவர்களுக்கும், அணிந்துரை வழங்கிய கவிஞர் புவியரசு மற்றும் கவிஞர் பிருந்தாசாரதி அவர்களுக்கும், அட்டைப்பட வடிவமைப்பில் இத்தொகுப்பை அலங்கரித்த படைப்பாளி ஆரூர் த. இலக்கியன் அவர்களுக்கும், நூல் உள் கட்டமைப்பை வடிவமைத்த படைப்பாளி முகம்மது புலவர் மீரான் அவர்களுக்கும் மற்றும் இந்நூல் வெளிவர உதவிய அனைவருக்கும் படைப்புக் குழுமம் தனது நன்றியைத் தெரிவித்துக் கொள்கிறது.

வளர்வோம்! வளர்ப்போம்!

படைப்புக் குழுமம் ●

கால நதிக்கரையில் கால் நனைத்தவனின் வாக்குமூலம்!

கவிஞர் புவியரசு

எனக்கு ஆரூரனைத் தெரியும்.
ஓர் ஆரூர்க் கனியையும் தெரியும்!

அவனைப் பார்க்கப் போய்த்தான் அந்த ஆரூரன் கோயில் வாசல் வழியாகக் கமலாலயக் குளத்தில் கால் நனைக்காமல் நடந்துபோனேன்.

ஆரூரன் ஆரூரில் அம்மானுக்கு ஆளே' என்று வரிசை சொன்னபடி- அவன் வேறு ஆள், வேறு இனம், வேறு நிறம்.

ஆனால் எனக்கு இந்த இப்பிறப்பில் வாய்த்த ஆரூரன் ஒரு கவிஞன்; பத்திரிகையாளன்; இனியவன்; அன்பானவன்; அமைதியானவன்; அறிவாளி!

அழகிய கவிதைகள் வளமான மொழியில் படைக்க வல்லவன்.

எனக்கு இவனை நன்றாகத் தெரியும். ஆமாம்! 'நன்றாகவே' என்றுதான் நினைத்துக்கொண்டிருந்தேன்.

காலநதி ஓடத்திலேறி, என் கரையில் சற்றே நின்றபோது, பார்த்தால் வேறு ஆள்!

மரியாதையாக இனிக் குறிப்பிடவேண்டும்.

இவர் யார்?

இவர் என் 'பழைய மன்றாடி' அல்லர். யாரோ ஒரு ஞானி. தனிமைத் துடுப்பால் ஓடம் செலுத்தி, ஒரு கருணை காரணமாக என் கரையில் சற்றே நின்று, என்னைப் பார்த்துப் புன்முறுவல் பூத்தவர்.

என் கரங்கள் தாமாகக் குவிந்து வணங்கின... என்னையறியாமல்...

◆

நான் நதியில் இறங்கும் துணிவு இல்லாதவன். கணியன் பூங்குன்றன் முதல் ஐன்ஸ்டீன்வரை இரண்டாயிரம் ஆண்டுகளில் சிலர் மட்டுமே இதில் இறங்கி நீந்தியவர்கள்.

காலநதியின் ஆழம் அதிகம்!

'அதிகம்' என்ற சொல்லும் குறைவுடையது.

அது ஆழம் அன்று அகாதம்! அடித்தரை அற்றது. கீழே கீழே கீழே போய்க்கொண்டே இருப்பது. முடிவில்லாதது. அளவுகளை உண்டு செரித்தது.

அதில் ஓடம் செலுத்துவதானால் நீந்தத் தெரிந்திருக்கவேண்டும்; ஆழ்கடலில் பயிற்சி எடுத்து!

என்ன துணிச்சல் இந்த ஆரூரருக்கு.

‘துணிச்சல்’ என்பது கூட கீழ் நிலைச்சொல்.

காலநதி இவர் காலடியில்.

அப்புறம் என்ன?

◆

நான் ஒரு நாள், திகைப்புடன் நீந்தத் துணிந்தேன். எனக்கு நீந்தத் தெரியும். கொஞ்சம் கிணறு, சின்னக் குளம் குட்டைகளில் இறங்கிப் பழகிய பழக்கம்.

சற்றே நீந்த முயன்று, உடனே கரைக்குத் திரும்பிச் சொன்னேன்...

‘காலம் இல்லை’ என்று! அது ஏன் அப்படித் தோன்றியது? தெரியவில்லை!

அந்த வினாக்குறி உடையவில்லை. என்னைச் சுற்றிச் சுற்றிக் கும்மியடித்துக் குமாளமிட்டுக்கொண்டிருக்கும் லட்சக்கணக்கான வினாக் குறிகளில் அதுவும் ஒன்று.

அது புதிது. ஒருவேளை அதை உடைத்துவிட ஆரூரரிடம் ஒரு விடைச் சம்மட்டி இருக்கக்கூடும்.

நான் இப்படி வினாக் குறிகளுக்கு நடுவே-ஒரு நெரிசலில் வாழ்ந்துகொண்டிருப்பவன். ஆனால், இவ்வகை நெரிசலில் ஒருவிதக் கதகதப்பு இருக்கிறது.

விடைகள் நடுவே இருக்கும், கடும் சூனியக் குளிர் நிலை இல்லை.

◆

ஆரூரர் உண்மையில் காலநதியில் பயணம் செய்வது மெய்தானா? இதுவொரு மாயா ரூபச் சிந்தனையின் வெளிப்படக்

காட்சியா?

'ஒரு மாய நொடியில்', அணுக்கள் உயிர்த்துக்கொண்டு கண்விழித்த நிலையில் - படைத்த படைப்பு என்கிறார் ஆரூரர்.

மாய நொடி.

அணுக்களின் விழிப்பு.

மாய நொடியில் கண் விழிப்பது எந்தக் கண்? அந்தக் கண் நம்மிடம் இல்லை!

அவரிடம் மட்டுமே உண்டு!

எல்லையற்ற காலநதியில் நில்லாமல் ஓடிக்கொண்டே இருக்கும் ஓடத்தில் அவர்.

திகைத்துப்போய் ஓர் ஏலாமை இல்லை. 'காலம் இல்லை' என்று மறுதளித்த நான், இந்த இரண்டுக்கும் இடையில் எவ்வளவு தூரம்? எவ்வளவு காலம்? எவ்வளவு வேகம்?

வேகத்தில் காலம் சுருங்கும் இடம், இல்லாமல் போகும்.

மறுபடியும் பிதற்றுகிறேனா? இதற்கு நான் பொறுப்பல்ல.

எல்லாம் ஆரூரர் தலையில்தான் விழுகிறது.

கணிதமேதை - ஞானி - பெர்ட்ரண்டு ரசல் - தமது 'சார்புக் கோட்பாட்டின் அகரமுதல *(ABC Of RELATIVITY)* என்ற புத்தகத்தின்-ஓர் அத்தியாயம் எனக்குத் துணை வரக்கூடும். அது *'speace time'*(கால இடம்)

◆

ஆரூரர் எதைத் தொழுகிறார்?

ஆதி அணு!

இதுதான் படைப்பின் கருவறை.

◆

காலம் 'இருக்கிறது' என்றாலும்

'இல்லை' என்றாலும்

அது ஓடிக்கொண்டே இருக்கிறது.

என்னையும், உங்களையும், ஆரூரரையும், அவர் ஓடத்தையும், கரையையும், கரைப் படிகளையும், கரையோரச் சோலைகளையும், புல், பூண்டு, பூச்சி, புழு முதலாகப் பறவை விலங்குகள், டார்வின் ஈறாக அனைத்தையும் படைத்தபடி... அழித்தபடி... மீண்டும் படைத்தபடி... வற்றாது ஓடிக்கொண்டே இருக்கிறது.

இந்தக் கால நதியில் நம் இடம் எது?

நம் பிறப்பு என்ன?

நம் வாழ்வு என்ன?

நம் படைப்பு எது?

நம் சாவு எப்படி?

வினாக்களை அலைத் துளிகளாய்க் கரை நோக்கி வீசியபடி காலநதி...

◆

நமது பயணத்தில் எழும் கேள்விகள் எவ்வளவு உயரம்?

உள்முகப் பயணத்தில் அது எவ்வளவு ஆழம்? இரண்டுக்கும் இடையில் உள்ள கனம் என்ன?

பதில் இல்லை என்னிடம்.

ஆரூரர் சொல்கிறார்...

எனினும் கேள்விகளின் வேர் கேள்வியே!

கேள்விகளின் ஆழத்தைத் தேடிப் போனால், அங்கே காணப்படும் வேர்களும் கேள்விகளே என்றால், விடை எந்த மாய வெளியில்?

ஒருவேளை - கேள்வியும் பதிலும் ஒன்றுதானோ? அது வேண்டுமென்றே இருமை வடிவம் கொண்டு, நம்முன் கண்ணாமூச்சு ஆடுகின்றதோ?

எல்லாம் ஏகத்துவத்துள் ஒடுக்கம் கொள்ளுமோ?

அச்சப்படாதீர்கள். கேள்வி என்று தோன்றிவிட்டால், பூட்டு என்று ஒன்று இருக்குமானால், சாவி நிச்சயம் இருக்கும். எங்காவது

இருக்கும். ஒருவேளை கேள்விகளுக்குள்ளும் புதைத்திருக்கலாம்.

'தேடுங்கள்! கண்டடைவீர்கள்!' என்பதல்லவோ தேவ வாக்கு.

ஆரூராரின் அருள் வாக்கும் அதுவே!

◆

இருள் சுடுமா? சுட்டால்தான் சுடரும்!

சுடுவது மலர்களாகிய நாமா?

நமக்குச் சூடு உண்டா? உண்டானால் சுடர் உண்டு.

'நாம் இருளின் மலர்கள்' என்கிறார் ஆரூரர்.

இருள் வாசிகள்! இருவாட்சிகள்!

நமக்கு மணம் உண்டு. இருளில்தான் மணம். இருள்தான் நமது மணம், இருளுக்கு மணமுண்டு.

வெளிச்சத்தைப் பற்றிக் கவலைப்பட வேண்டாம். பகல், பகல் வேடம் போட்டுக்கொண்டு, ஆரவாரம் செய்வது. ஆர்ப்பாட்டம் செய்வது.

ஆத்மார்த்தமாக அணைத்துக் கொண்டு ஆறுதல் அளிப்பது இருள்.

இருள் சமத்துவம். பேதங்களற்றது இருள்.

ஆதிமனிதனைப் போலச் சூது வாது அற்றது.

அழகு, அசிங்கம் -என்ற பேதங்கள் அற்றது. இருளில் எல்லாம் அழகு.

இசையை நேசிப்பது போல், இருளை நேசிக்க வேண்டுகிறார் ஆரூரர்.

வெற்றுக் கோப்பைகளை நிரப்புதல்தான் வாழ்க்கை. அதுதான் இயற்கை.

எது வெற்றுக் கோப்பை?

பிரபஞ்சமே வெற்றுக்கோப்பை.

கிரகங்களையும் கோடானு கோடி விண்மீன்களையும் போட்டு நிரப்பினாலும், நிரம்பாத கோப்பை பிரபஞ்சக் கோப்பை.

ஒவ்வொரு பெண்ணின் கருவறையும் ஒரு வெற்றுக்கோப்பை.

ஒவ்வோர் ஆணின் மனமும் ஒரு வெற்றுக்கோப்பை.

நிரப்பிக்கொண்டே இருக்கிறார்கள். அவை நிரம்புவதே இல்லை. கால நதிபோல...

அது நடந்துகொண்டே இருக்கிறது.

உன் மனதைக் காலி செய்துகொண்டே இரு! அதில் விழும் குப்பைக் கூளங்களை உடனுக்குடன் எடுத்து வெளியில் கொட்டு என்கிறார் ஞானி.

காலி ஆக்கு! காலியாக இரு!

ஆதி பிரபஞ்சம் அப்படித்தான் இருந்தது.

அது 'வெற்று'- பூச்சியம் - ஒன்றுமின்மை - காலி.

வண்ணங்களால் வாழ்வு நிரம்பும் - அதனால், காலிக் கோப்பையாய் இருங்கள்- என்கிறார் ஆரூரர்.

◆

ஆரூரர் தமது ஞானத்தை எவரிடத்திலிருந்தும் பெற்றதாகத் தெரியவில்லை. 'வெற்று' நிலையில் இருந்தே பெற்றிருக்கவேண்டும். இதில் எவரின் சாயலும் இல்லாமல்-தூய ஆதி இருளின் சுடர் ஒளி தெரிகிறது.

இல்லை என்றால், இவர் வலியைப் போற்றமாட்டார்.

வலி - மகத்தான மானிடப் பகை அல்லவா?

ஆனால் ஆரூரர் சொல்வது, 'நாம் காயங்களின் செல்லப்புத்திரர்கள். அந்தக் காயங்கள்தான் நமக்குத் தாய்ப்பால்' என்கிறார்.

உள் காயமானாலும் சரி, வெளிக் காயமானாலும் சரி, காயங்கள் நம்மை ஆரோக்கியமாக வளர்த்தெடுக்கும்.

ஒரு சோதனை செய்துதான் பாருங்களேன்! ஆரூரர் வாக்கை மெய்ப்பிக்க.

சின்னதாக -

ஒரு காயம் - அல்லது ஒரு வலி ஏற்படும் போது- 'இது வலிக்காது! இது வெறும் உடம்புக்கானது. எனக்கும் இதற்கும் சம்பந்தம் இல்லை. என்பது போல் உறுதியாகச் சொல்லிப்பாருங்கள்.

நினைத்துப் பாருங்கள்.

வலி குறையும்.

உமது நினைவு அழுத்தம் பெற்றால் -வலிக்காது!

வலி - என்பது ஒரு மாயை!

◆

உயரங்கள் இல்லாமல் பள்ளங்கள் ஏற்படுமோ?

பள்ளங்களின் தியாகம் தானே உயரங்கள்!

'மேட்டை இடிக்காமல்

பள்ளத்தை நிரப்புவோரே

மண்ணுக்கு எங்கே போவீர்?'

- என்று கவிதை எழுதினான் ஒரு தம்பி.

மேடும் பள்ளமும் ஒன்றே.

ஒன்றிலிருந்து இன்னொன்று.

ஒன்றினால் இன்னொன்று.

இந்தச் சிந்தனையை நம் மீது தூவுகிறார் ஆரூரர்.

மேடுகள் பாராட்டுக்கு உரியன அல்ல.

அள்ள அள்ளக் குறையாமல் வழங்கிகொண்டே இருக்கும் பள்ளங்கள் அல்லவோ 'அட்சயப் பாத்திரங்கள்'.

என்று மெய்யாக மெய்யழகாகக் கூறுகிறார் ஆரூரர்.

பள்ளத்தின் தியாகமே மேடு!

'பள்ளங்களில்தான் நிரம்பியிருக்கின்றன வாழ்வின் பரவசங்கள்' என்கிறார் ஆரூரர்.

◆

என்னைப் போல பூரண நரை சுமக்கும் முதியவனுக்கு கிடைக்காதது துயில்தான். வருந்தி அழைத்தாலும் வருவதே இல்லை;

எப்போதும் ஒரு விழிப்பு-புற விழிப்பு.

ஆரூரார் சொல்கிறார் 'துயிலுக்குள் இருக்கிறது மெய்யான விழிப்பு'- என்று.

'நமது துயிலுக்குள், மிருதுவான இருளை மோன விளக்குகள் கசியவிடுகின்றன' என்கிறார்.

இருளைக் கசியவிடும் மோன விளக்குகள்! அடடா, என்ன அழகு! என்ன ஆழம்!

இருள், மிருதுவான இருளாம்!

அனுபவித்துப் பார்த்திருக்கிறீர்களா?

பெரும்பாலும் இல்லை என்ற விடையே கிடைக்கும்.

விழிக்குத் துணை மென்மலர்ப் பாதங்கள். விழிப்புதான் விழி. மென்மலர்ப் பாதங்கள் இருளின் பாதங்களோ?

ஆரூரர் அனுபவித்துச் சொன்ன இருள், மோன விளக்குகள் கசியும் இருள். விழிப்புதரும் இருள். அக விழிப்புதரும் இருள். அக உறக்கத்தை உதறுங்கள்!

என்கிறார்.

ஆகா! என்ன விளக்கம்!

பாருங்கள்!

"அது ஆரத்தழுவி அமிழ்ந்து போவதற்கான அழகிய உலகம். உறக்கம் விழிப்பின் தாய். உறக்கத்திலிருந்தே விழிப்பு பிறக்கிறது."

நான் அறிந்த பழைய பத்திரிகையாளரான ஆரூர் தமிழ்நாடனா இவர்?

இல்லை. இவர் வேறு. அவன் வேறு!

துயிலை நேசிக்கவேண்டும் என்றும், துயிலோடு தோழமை கொள்ளவேண்டும் என்றும், துயிலின் தோள்களில் நாம் ஐம்புலன்களாலும் சாய்ந்து கொள்ளவேண்டும் என்றும், துயிலோடு துயிலாய் நாமே ஐக்கியமாக வேண்டும் என்றும், அதுதான் சொர்க்கம் என்றும் ஓர் ஆசிரம வாயிலில் அமர்ந்து, விழிப்புடன் சொல்லும் மகா ஞானியைப் போல உபதேசிக்கிறீர்கள் ஆரூராரே!

அது எப்படி?

கிட்டாப் பொருளைச் 'சிக்'கெனப் பற்றியது எங்ஙனம் சாலும்?

இதற்கு ஒரு விழிப்புணர்வு தேவைப்படுகிறதே!
அது என்ன வகை விழிப்பு?
ஆரவார விழிப்பை விழுங்கி விழித்திருக்கிறவனுக்கு என்ன வழி?
எனக்கான தாலாட்டு எது? யார் பாடுவர் அதை?

என் அன்றாட வெயில் - அனைத்தையும் விழுங்கி நிற்கும் வெயில் - என் வாழ்வே ஆன வெயில், துயில் கொள்ளும் இரவில் எங்கே இருக்கிறது?

வழி தேடிப் போவேன்...

விழி காட்டுக!

◆

எனக்குக் கொஞ்சமாய் ராகங்கள் தெரியும்.
அவை நீங்கள் குறிப்பிடும் 'புத்தியின் ராகங்கள்தான்'.

ஆனால் அதை மீட்டிக்காட்டத்தான் தெரியவில்லை. மொழிகொண்டு மீட்டமுடியா ராகங்கள் அவை.

'உடல்கொண்டு மீட்டுக' என்கிறீர்கள்.

என் உடல், என்வசம் இல்லையே, சுவாமி!

அதன் வசத்தில் அல்லவோ நான் அல்லாடிக் கொண்டிருக்கிறேன். என் சுயம் என் வசத்தில் இல்லை. எல்லாம் என் உடல் வசத்தில். ஐம்புலன் வசத்தில்.

என் புலன்கள் கைகோத்து என்னைச் சுற்றிச் சுற்றி வந்து கும்மியடிக்கின்றன.

என்ன இரைச்சல்!

◆

'கோபமே கூடாது' என்கிறது உலகம். எதற்கும் கோபப்படாமல் இருந்தால் அது எதிராளிக்கு எவ்வளவு வசதி!

கோபப்படாதவன் மனிதனே அல்லன்!

'சினம் எனும் சேர்ந்தாரைக் கொல்லி' என்று சினத்துக்குக் கொலைகாரப் பட்டம் சூட்டிய வள்ளுவரே, உலகைப் படைத்த கடவுளுக்கே சாபமிடுகிறான்... 'கெடுக உலகியற்றியான்' என்று.

சினம் இயல்பானது., சுரணையுள்ளவனுக்கே அது வரும். வந்தால் அதை நெறிப்படுத்துக என்கிறார் ஆரூரர்.

'பூப்போன்றவர்களுக்கும் முள்வேலி அமைக்கும்' என்று அழகாக எடுத்துரைக்கின்றார்.

கோபம் ஒரு தீதான். ஆனால், அது பிரபஞ்சத்தின் ஆதிக் கருப்பையில் சூல்கொண்டது. அங்கிருந்தே எல்லாம் பிறந்தன, என்ற அற்புதக் கருத்தோட்டம், காலநதிக்கரைப் படிகளில் அலையடிக்கின்றது.

◆

இப்படியெல்லாம் விவரித்தால், விளக்கினால், நாங்கள் எவ்வாறு அறிந்துகொண்டு புரிந்துகொள்வது?

ஆகா! அறியாமையில்தான் எவ்வளவு அமைதி! எவ்வளவு நிம்மதி!

'தேவாதி தேவர்களே! தேவிகள் மடியில் கிறங்கும் சாமிகளே!' - நீங்கள் எல்லாரும் ஒன்று கூடி இந்த மானுடச் சிறு பூச்சிகளுக்கு அறியாமையை அருள்வீர்களாக!

நீங்கள் புரட்சிப் புடலங்காய் எல்லாம் விழுங்கித் திணறாமல், நிம்மதியாகத் துயில்கொள்ள அருள்வீர்களாக.

அறியாமைதான் எவ்வளவு அழகு!

அதில்தான் எவ்வளவு அமைதி!

அது தாய்மடியாமே! இந்தத் தாய் யார்?

அறிவே அந்தத் தாய்! அவளே ஞானத்தாய்! 'வாய்ப்புக் கிடைக்கும் போதெல்லாம் உறங்குவோம்' என்று அழைக்கிறார் ஆரூரர்.

சிந்தனைக் குழப்பங்கள் மலை மலையாய்க் கொட்டப்பட, அதன் கனம் தாங்காமல் விழி பிதுங்கும் எமக்கு, இதைவிட ஆறுதலும், ஆனந்தமும் தருவது வேறு என்ன இருக்க முடியும்; ஆரூரரே!

இந்த, அந்த உறக்கமே பெருந்துயில் ஆகிவிடுமோ? விழிக்காத் துயில்? அதுவும் ஒரு போதைதான். போதம்தான்!

மரணம் எனும் போதம்!

ஆரூரர் மரணத்திற்கு எவ்வளவு அழகாக முடி சூட்டுகிறார்!

இயற்கை எல்லோர் கோப்பையிலும் மரணம் எனும் மதுவை ஒரே அளவில்தான் ஊற்றும்"-என்ன அழகான கவித்துவம்.

மரணம், வந்த இடத்திற்குத் திரும்பிச் செல்லுதலா?

'வாழ்வதற்காகச் செத்துப்போ! சாவதற்காக வாழ்ந்திரு!'- என்கிறானே மிர்தாத்!

அது எப்படிச் செத்துப் பிழைப்பது? எப்படிப் பிழைத்துச் சாவது?

கொஞ்சம் யோசித்தால், நாம் அப்படித்தான் வாழ்ந்து வருகிறோம் என்பது விளங்கும்.

அன்றாடம் செத்துச் செத்துப் பிழைப்பு நடத்திவருகிறோமே! அது நமக்குப் புரிகிறதா என்ன?

அழைக்கிறேன் வாருங்கள்!

சாவு என்பது என்ன? எப்படி என்பதை அணுவணுவாக அனுபவிப்போம்!

◆

இப்படியெல்லாம் சிந்தித்தால் நரை வராமல் என்ன செய்யும்?

நரை முதுமையின் முடிசூட்டலா?

மூளைக்குள் விதைக்கப்பட்டு மேலெழுந்து, முளைவிட்டு, வெளிவந்த வெண் பயிரா?

மரணத்திற்கு எதிரான சமாதானக் கொடியா?

மூளையின் காளானா?

காலநதியின் அலை நுரையா?

காலத்தை கேலி செய்யும் சிரிப்பா?

ஞானப் புத்தகத்தின் கடைசிப் புத்தகமா?

அல்லது - மரணம் பூண்ட பகல் வேசமா?

என்றாலும், ஒரு வட்டம் பூர்த்தியாகிறது.

◆

ஒரு ஞானப் புத்தகம் திறந்து வைக்கப்படுகிறது.

காலநதியின் வெள்ளம் கரை புரண்டு ஓடுகிறது.

வாருங்கள் ஒரு ஞானக் குளியலுக்கு...

ஆயிரக்கணக்கான ஆண்டுகளாய் அப்பிக் கிடக்கும் அழுக்குகள் அகல, ஆரூரரின் நீராட்டு...

◆

இத்தகையதொரு ஞானப் படையல் இதுவரை தமிழில் வந்ததில்லை!

◆

நரை சுமந்த முதியவனுக்கு

நீங்கள் வழங்கும் பூங்கொத்து

இது!

இதை, உமக்கே அளித்து மகிழ்கிறேன்...

வாழ்த்துகளுடன்...

தத்துவச் சித்திரங்கள்

இயக்குநர் பிருந்தா சாரதி

உண்மையை அறியும் தேடல் தீவிரமாகும்போது அது ஞானத்தில் முடிகிறது. தான் அடைந்த ஞானத்தை உலகுக்கு வழங்கும் அன்பில் இருந்து தத்துவம் பிறக்கிறது.

வானத்தின் கீழே இருக்கும் எல்லாமே ஆய்வுக்கு ஆட்பட வேண்டியதே என விஞ்ஞானம் உரைக்கிறது. கண்திறந்து காண முடியாத அக உலகின் அதிசயக் காட்சிகளை மெய்ஞானம் வரைகிறது.

இந்த எல்லாப் பாதைகளிலும் பறந்தும், நீந்தியும், பாய்ந்தும், நடந்தும் பயணித்து ஞானக் குவியல்களை அள்ளிவந்து கொடுக்கிறது கவிஞர் ஆரூர் தமிழ்நாடனின் 'காலநதி'. பிறப்பு முதல் இறப்பு வரை மனிதனின் காலடிச் சுவடுகளும் சிந்தனைத் தடங்களும் பதிந்த எல்லாப் பாதைகளையும் தன் கவிதைப் பார்வையால் கண்டுணர்ந்து அவற்றைத் தத்துவச் சித்திரங்களாக விரித்துரைக்கிறார் ஆரூர் தமிழ்நாடன்.

இந்நூலின் பல வாக்கியங்கள் கேள்வி பதிலாகவே இருக்கின்றன. பாமரனாகக் கேள்வி கேட்டு ஞானியாகப் பதில் சொல்கிறார் ஆரூர் தமிழ்நாடன். அவரது 'நான்' இரண்டாகப் பிரிந்து கேட்பவனாகவும் சொல்பவனாகவும் இரட்டை உயிராகச் செயல்படுகிறது. கேள்வி மூலம் தேடலைத் தொடங்கி பதில் மூலம் பயணத்தைத் தொடர்கிறார்.

இந்நூலின் இறுதிக் கட்டுரையாக மரணம் பற்றி எழுதியிருக்கிறார். அவரது அறிவின் உயரமும் ஞானத்தின் ஆழமும் ஒரு சேர இதில் வெளிப்பட்டுள்ளது.

இந்தக் கட்டுரைகளின் இடையே வெளிப்பட்டுள்ள கவித்துவ மின்னல்களும், அனுபவ ஞானமும் கணக்கில் அடங்காதவை. தோற்றத்தைப் பார்ப்பவர்கள் மனிதர்கள். தோற்றத்திற்கு பின்னால் இருக்கும் உண்மையைப் பார்ப்பவர்கள் ஞானிகள். விலக்கப்பட்டவற்றை போற்றும் கவிஞர் ஆரூர் தமிழ்நாடன் அவர்களில் ஒருவர்.

சிற்றோடை போல் புறப்பட்டுவரும் இந்த நூல் 'காலநதி' என்ற தன் தலைப்புக்கேற்பக் காலத்தை வென்று நீந்தி நிலைத்திருக்கும் என்பது உறுதி. கவிஞர் ஆரூர் தமிழ்நாடனின் உண்மையான உயரம் இன்னும் கண்டுகொள்ளப்படவில்லை. ஏன் அவரே அதை வெளிப்படுத்தவில்லை என்றும் சொல்லலாம். ●

எனக்கு நானே போதித்தவை

ஆரூர் தமிழ்நாடன்

இது என் ஆழ்மனதின் ஆலாபனை. இதை இதயத்தின் செவிகள் கொண்டு கேட்டுப் பாருங்கள். உங்கள் ஆழங்களில் அழகிய கதவுகள் சில திறக்கக் கூடும். ஆழ்மன நாடோடியான என் எண்ணங்கள், உங்களைத் தேடித்தான் காலநதியாகப் பெருக்கெடுத்து ஓடி வருகிறது. இதன் கரைகளில் உங்கள் அலைகளும் விழுந்து புரள்வதை நீங்கள் பார்க்கக்கூடும். காரணம் வாழ்க்கை என்பது எல்லோருக்கும் ஒன்றுதான். அனுபவத்தை உணரும் நுட்பங்களில் வேண்டுமானால் ஒருவருக்கொருவர் சிறிய அளவில் வேறுபடலாம். நாம் கேட்காமலே நம்மிடம் ஒப்படைக்கப்பட்டிருக்கும் இந்த வாழ்வை, வெவ்வேறு பாத்திரங்களாக வடிவெடுத்திருக்கும் நாம், நம்மளவில் துய்த்து வருகிறோம். அதேபோல்தான் காலமும் நம்மைக் காலந்தோறும் துய்த்துக்கொண்டே இருக்கிறது.

இந்தக் கட்டுரைகள் என் தடுமாற்றங்களின் போது, எனக்கு நானே போதித்துக் கொண்டவை, சொல்லப்போனால் என்னோடு நான் நிகழ்த்திய உரையாடல்கள். இதைக் கட்டுரைகளாக எழுதத் தூண்டியவர் ‘பேசும் புதிய சக்தி’ திருவாரூர் ஜெ.ஜெயகாந்தன் ஆவார். என்னோடு ஏறத்தாழ 15 ஆண்டுக்கு மேல் இரவு பகலாகப் பயணித்தவர். என் கார் காலங்களிலும் வசந்தக் கோடைகளிலும் எனக்குக் குடையாக இருந்தவர். அவர்தான் என் மனத் திரியைத் தூண்டி இந்த எழுத்துக்களை மலர வைத்தார். இந்தக் கட்டுரைகளை வெள்ளோட்டம் விட்டும் அவரே அழகு பார்த்தார்.

இப்போது இந்தக் காலநதி, படைப்புக் குழுமத்தின் நிறுவனரும் என் அன்புக்குரிய கஜல் கவிஞருமான ஜின்னா அஸ்மியின் முயற்சியில், அழகிய நூலாக வடிவெடுத்திருக்கிறது. சொற்களால் செனாய் இசைக்கும் இந்தக் கலைஞனுக்கு என் இதயமார்ந்த நன்றி. படைப்புக் குழுமம் படைப்பாளர்களையே படைக்கும் வல்லமை கொண்டது. அதன் மூலம் இந்த நூல் வெளிவருவதில் மகிழ்வடைகிறேன். நூலை, அழகிய கவிதை போல் வார்த்தெடுத்துத் தந்திருக்கும் நூலாக்கக் கலைஞர்களின் கைகளுக்கு நன்றி.

என்னை மீண்டும் உயிர்த்தெழச் செய்த அண்ணன் நக்கீரன் கோபால் அவர்களையும், என்மீது தொடர்ந்து அன்பு பெய்யும் கவிஞர் ஜெயபாஸ்கரன் அவர்களையும், அன்புரை வழங்கிய கவிஞர் பிருந்தாசாரதி அவர்களையும் இந்த நேரத்தில் நன்றியோடு நினைத்துக் கொள்கிறேன்.

மதிப்பிற்குரிய மாமேதை கவிஞர் புவியரசு அவர்களுக்கு என் பேரன்பு வணக்கம்.

●

உள்ளே...

1. காலநதி................................. - 20
2. கேள்விச் சாவிகள்..................... - 29
3. ஒளி தரும் இருள்..................... - 34
4. நிரப்பும் வெற்றுக் கோப்பை............ - 40
5. வலியை வழிபடுங்கள்!................. - 49
6. உயரம் தரும் பள்ளம்.................. - 55
7. விழிப்பு தரும் துயில்.................. - 63
8. சுடரட்டும் சுயம்....................... - 70
9. கோபத்தை நெறிசெய்................. - 77
10. அறியாமையின் நிம்மதி.................. - 85
11. முதுமைக்கு முடி சூட்டுவோம்.!........ - 91
12. மரணம் எனும் மாமருந்து............. - 101

காலநதி

குபுக்கென ஒரு மாய நொடியில் அணுக்கள் உயிர்த்துக்கொண்டு கண்விழித்தன.

கால நதி

குபுக்கென ஒரு மாய நொடியில் அணுக்கள் உயிர்த்துக்கொண்டு கண்விழித்தன.

காலநதி ஓடிக்கொண்டே இருக்கிறது.

வற்றாத நதியாய்...எல்லையற்ற நதியாய்... ஏகாந்த நதியாய்.. காலநதி ஓடிக்கொண்டே இருக்கிறது.

சீராகவும் ஒரே தாள லயத்தோடும்...

அது ஓடிக்கொண்டே இருக்கிறது.

அதன் போக்கின் வேகம் அதிகரிப்பதுமில்லை தளர்வதுமில்லை.

எவராலும் இதன் வேகத்தை விரைவுபடுத்தவும் இயலாது. அதன் வேகத்தைக் குறைக்கவும் இயலாது.

காலநதி ஓடிக்கொண்டே இருக்கிறது.

∎

எந்தப் புள்ளியிலிருந்தும் இது தொடங்கவில்லை.

எந்தப் புள்ளியிலும் இது முற்றை அடையப்போவதும் இல்லை.

ஏனெனில் இது உருவாக்கப்பட்டதல்ல; உருவானதும் அல்ல.

அது இயற்கையாய் இருப்பது.

இயற்கையாய் நிலைப்பது.

இதுதான் இயற்கையின் பெரும்குணம்.

அதன் ஆதிப்புள்ளியை எந்தக் கேள்வியாலும் நெருங்கமுடியாது.

பிறப்பிடம் இல்லாதது அது.

கருவறை காணாத இயற்கைக்கு ஏராளக் கருவறைகள். அவை அதிசயங்களை நிகழ்த்திக்கொண்டே இருக்கும் ஆச்சரியக் கருவறைகள்!

∎

காலநதி மாற்றமில்லாமல் ஓடுகிறது.

எனினும் அதன் கரைகள்தான் மாறியபடியே இருக்கின்றன.

சொல்லப் போனால் அதன் கரைகளில்தான் காலம் காலமாய் மாற்றங்கள் நிகழ்ந்தபடியே இருக்கின்றன.

மாறும் இயல்பில்லாத காலம், மாற்றத்தை நிகழ்த்தும் மாயக் கரங்களைக் கொண்டதாய் இருக்கிறது.

அதனால்தான் காலத்தின் மாறுதல்களை சகலத்திலும் கண்கள் போதாமல் கண்டுகொண்டே இருக்கிறோம்.

■

ஒரு காலத்தில், காலத்தின் கரையில் எதுவும் இல்லை.

காலநதியின் உராய்வில் பலவும் உயிர்க்கத் தொடங்கின.

அசைவற்ற காலத்தில் இருந்து முதலில் அசைவு பிறந்தது.

அது இயக்கம் என்றானது.

பின்னர் அதன் கரைகளில் இயக்கத்தின் விளைவாய் அண்டம் தோன்றியது.

அண்டத்தின் அசைவுகள் மூலம் விசைகள் பிறந்தன. விசைகளின் உரசலில் இருந்து வெளிச்சம் கசியத்தொடங்கின. பிற இடங்கள் இயல்பின் இருளாய் இருந்தன.

இயற்கையின் இயக்கத்தால் தீயும் குளிரும் மலர்ந்தன.

குளிரின் கருப்பையில் இருந்து ஈரம் கசிந்தது.

இயற்கையின் அசைவால், காற்று பிறந்தது.

காற்றின் அசைவிலிருந்தும் அதன் ஓய்விலிருந்தும் மௌனமும் ஓசையும் உயிர்த்துக்கொண்டன.

தீயும் குளிரும் இணைந்து இணைந்து பிணைந்ததால் கோள்களும் நட்சத்திரங்களும் பிறவும் உண்டாயின.

தீயும் குளிரும் உருண்டு திரண்டு இயற்கையின் விழிகளாயின.

அவை சூரியனாகவும் நிலவாகவும் இமைதிறந்தன.

சூரியனும் நிலவும் பேரண்டப் பிளவால்

இருவேறு குடும்பங்களாய்க் கிளைவிரித்தன.

சூரியக் குடும்பம் ஈர்ப்பு சக்திகளை உருவாக்கிக்கொண்டு, மாயா ஜாலங்களை நிகழ்த்த ஆரம்பித்தது.

மௌனமும் ஓசையும் தங்களுக்குள் கலந்து இசைபயின்றன.

காலநதி இதையெல்லாம் கண்டுகொள்ளாமல் தன் போக்கில் ஓடிக்கொண்டே இருக்கிறது.

■

கோள்களில் ஒன்றாகத் தோன்றிய பூமிப்பந்தை, நீரும், நிலமும், நெருப்பும், காற்றும், வெளியும் இணைந்துதான் அழகிய புனைவாய்ப் புனைந்தன.

பூமிக் கவிதையின் யாப்பு உறுபுகளாய் இவ்வைந்தும் மயங்கி மறைந்து நின்றன.

காலநதி ஓடிக்கொண்டே இருக்கிறது.

■

மேற்சொன்ன ஐம்பொருளும் மயங்கியும் நெருங்கியும் பிணைந்து உரசிக்கொண்டதில், குபுக்கென ஒரு மாய நொடியில் அணுக்கள் உயிர்த்துக்கொண்டு கண்விழித்தன.

அதிலிருந்துதான் பூமியில் இயற்கைக்குக் கருப்பை முளைக்கத் தொடங்கியது.

அணுக்கள் உயிரினங்களாகவும் உயிரற்ற இனங்களாகவும் தம்மைப் பெருக்கின.

கால நதி ஓடிகொண்டே இருக்கிறது.

அணுக்கள்தான் நம் ஆதிப்பொருள்.

அதுதான் மண்முட்டை உலகை

மலர்முட்டையாய் ஆக்கியது.

நானும் நீங்களும் நாமும் அவர்களும்

இவர்களும் அணுக்களின் பிள்ளைகள்.

உலகத்தின் உயிர்ப்பைத் தொடங்கிவைத்த முதல் மின்சாரப் புள்ளி அணுவே.

அணுக்களில் முதலில் தோன்றிய ஆதி அணு எதுவோ அதுதான் படைப்பின் கருவறை.

எதையேனும் நாம் தொழவேண்டுமெனில் நாம் அந்த ஆதி அணுவைத்தான் முதலில் தொழு வேண்டும்.

■

அணுக்கள் ஆராதனைக்குரியவை.

அவைதான் உலகைத் தொடங்கிவைத்தன.

இயங்குதலையும் பல்கிப் பெருகி வளர்தலையும் வெவ்வேறு வடிவெடுத்தலையும் இயல்பாய்க்கொண்ட அணுக்கள்,

வெவ்வேறு வடிவங்கள் பூணத் தொடங்கின.

■

புல், பூண்டு, செடி கொடிகள், மரங்கள் என தாவர வர்க்கங்கள் தளிர்த்தன.

இவைகளுக்கு மண்ணோடு நீரும் வெயிலும் அத்தியாவசியம் என இயற்கையால் அங்கீகரிக்கப்பட்டன.

இதனால்தான் பூமி பசுமை போர்த்திக்கொண்டது.

ஊர்வன, பறப்பன, தாவுவன என படிபடியாய் உயிர்கள் உண்டாயின.

இவைகளுக்குப் பசியைத் தருவித்தது இயற்கை.

பசி இவைகளை இயக்கத் தொடங்கின.

இயக்கங்களும், ஓசையும், ஓசைகளின் சுகமான இணக்கத்தில் இசையும் இதனால் பிறக்கத் தொடங்கின.

அணுக்களின் கருவறையில் இருந்து பிறந்த வேட்கை எனும் அபூர்வ உணர்வு... அணுக்களை வேக வேகமாய் இயங்கவைத்தது.

உயிர்களுக்குப் பசியும் வேட்கையும் இயற்கையால் அருளப்பட்டது.

அவை ஆர்பாட்டங்களை உயிர்களிடம் ஆரம்பித்துவைத்தன.

அது உயிர்களின் உந்து விசையாய்ப் பல விதங்களிலும் இயக்கத்தொடங்கின.

நீர், நிலம், நெருப்பு, காற்று, வெளி, எனும் ஐந்தின் மயக்கத்தாலும் முயக்கத்தாலும் உண்டான பூமி, இந்த ஐந்தைக் கொண்டே அடிக்கடி திரிபுற்றது.

நீர், கடற்கோளை உண்டாக்கியது.

நிலம், அதிர்வில் நடுங்கிக் குலுங்கிப் பிதுங்கியது.

பள்ளம் மேடானது. மலையின் விதைகளான பாறைகள், பூமியைக் கிழித்துக் கொண்டு

வெளியே வந்தன. வந்த மலைகளில் சில பூமிக்குள் பதுங்கின.

பூமியின் மடியில் இருந்த நெருப்போ,

எரிமலைக் குழம்பைப் பீய்ச்சியடித்தது.

■

வெளி எனப்படும் வானமோ, இடி மின்னலுடன் தன்னைக் கிழித்துப் பெருமழை பெய்தது.

மழையால் பெரு வெள்ளம் பிரவாகமெடுத்தது.

மலையின் தலையிலிருந்து அருவிகள் ஆர்பரித்தன.

அவற்றில் இருந்து நதியாய் முளைத்தன.

நதிகள் பெருக்கெடுத்துக் கரைகளை உடைத்தன. அதிலிருந்து கிளை நதிகள் உயிர்த்தன.

காற்றும் புயலாய் சூறையாய் ஆர்ப்பரித்தது.

கடல் ஊழிக்கூத்தாடி பூமியை விழுங்கிச் செறித்தது.

இவ்வாறு நிலத்தை உண்டாகிய ஐந்துமே நிலத்தின் இயல்பை இயல்பாய்த் திரித்தன.

■

இந்தத் திரிபு இயற்கையின் தன்மையை

மாற்றியமைத்தன.

தட்பவெப்பம் மாறின.

பருவங்கள் சுழன்றன.

மழையில் வெயிலும் வெயிலில் மழையும் நனைந்தன.

மழையிலும் வெயிலிலும் நனைந்து

பூமி பண்பட்டது.

இப்போதுதான், உயிர்களின் வரிசையில் அணுக்கள் மனிதனைத் தொடங்கிவைத்தது.

கால நதி ஓடிக்கொண்டே இருக்கிறது.

■

இயற்கையின் இசைப் பின்னணியில் இயல்பாய் கண்விழித்தான்

அழுக்கில்லாத ஆதிமனிதன்.

பூமிக்கு அன்று முதல் புதுவண்ணம் கிடைக்கத் தொடங்கியது.

ஆதிமனிதன் இயல்பாய் இருந்தான்.

சுதந்தரமாய் நடந்தான்.

விருப்பம் போல் திரிந்தான்.

அவனது இயங்கு சக்திக்கான ஆதாரமாக அவனுக்குள் வேட்கைத் தீ முளைத்தது.

அதுதான் பசிக்கு உணவுதேடி அவனை வேட்டையாட வைத்தது.

துரத்தல், அடித்தல், கொல்லுதல், உண்ணுதல் என்னும் கலகச் செயல்கள் ஆரம்பமாயின.

அதேபோல், வேட்கைதான் மனிதனின் உடலுக்குள் ஆசைகளையும் காமத்தையும் பற்றவைத்தது.

அதற்கிசைவாய் மெல்ல மெல்லக் காதலும் மலர்ந்தது.

சந்ததி பெருக்கவே, காமம் கதவு திறந்தது.

அதனால் மனிதன் தன்னினத்திலேயே கலந்தான்.

மீண்டும் மீண்டும் பிறந்தான்.

இதற்காக அவனுக்குள் பசிக்கு நிகரான காமம் இயற்கையால் விதைக்கப்பட்டது.

இயற்கையைப் படைத்த இயற்கை நிகவுகளான...

பிறப்பெதற்கு?

இருப்பெதற்கு?

இறப்பெதற்கு?

என்றறியாமல், மனிதன் தன் நாட்களைத் தூக்கிச் சுமந்தான்.

இப்போதும் சுமந்துகொண்டிருக்கிறான்.

இனியும் சுமப்பான்.

காலநதி ஓடிக்கொண்டே இருக்கிறது.

■ ■ ■

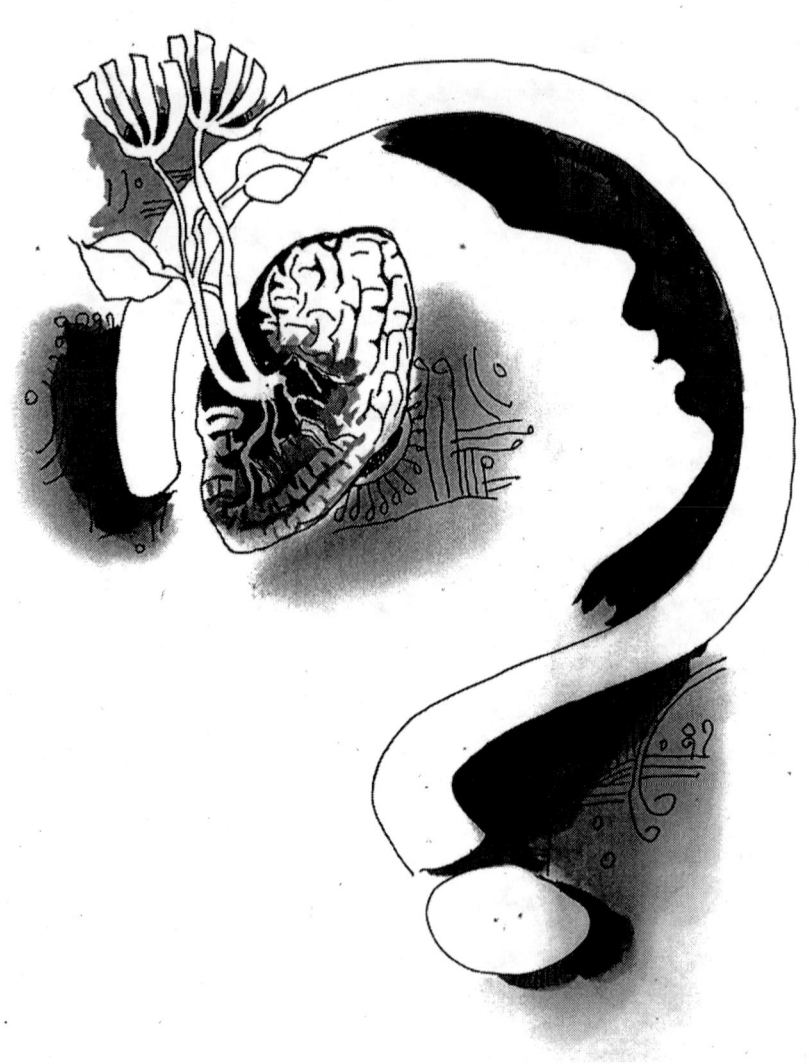

கேள்விச் சாவிகள்

உள்முகப் பயணத்தில் நாம் சென்ற தூரமே அந்தத் துறையில் நமக்கான உயரத்தைக் கொடுக்கிறது.

கேள்விச் சாவிகள்

உள்முகப் பயணத்தில் நாம் சென்ற தூரமே அந்தத் துறையில் நமக்கான உயரத்தைக் கொடுக்கிறது.

எந்தத் தேடலுக்கும் ஆதிவேராக இருப்பது நமக்குள் அரும்பும் கேள்விகள்தான்.

கேள்வி என்பது அபூர்வச் சாவி.

அது அபூர்வச் சாவி மட்டுமல்ல; மனித வாழ்வில் மாயா ஜாலங்களை நிகழ்த்திக்காட்டும் மந்திரச்சாவி.

நமக்குள் முளைக்கும் கேள்விச் சாவிதான் நம்மையும் திறந்துவைக்கிறது; நம் புலன்களையும் திறந்துவைக்கிறது.

நமக்குள் இருக்கும் பல உலகங்களைத் திறந்துகாட்ட அது முற்படுகிறது.

ஏன்? எதற்கு ? எதனால்? எப்படி ? எங்கே? எத்தனை?-என்றெல்லாம் கேள்விகளுக்கு விதவித முகங்கள் உண்டு.

எனினும் கேள்விகளின் வேர் கேள்வியே.

∎

நாம் பிறக்கும் போது ஒரு கைப்பிடி வெற்றுவெளியாகத்தான் இருக்கிறோம். தசைக் கோளமான வெற்றுவெளி.

நாம் வளர வளர, நம் வெளி கொஞ்சம் கொஞ்சமாய்ப் பிரபஞ்சமாய் விரிகிறது.

நமக்குள் பல உலகங்களும் விதவிதமாய் வளர்கின்றன.

ஆனால் எல்லா உலகங்களின் முகப்பிலும் கண்ணுக்குத் தெரியாத கனத்த பூட்டு தொங்குகிறது.

அவற்றை கேள்விச் சாவிகளால்தான் திறக்கமுடியும்.

கனவு உலகம், கவிதை உலகம், இலக்கிய உலகம், படைப்புலகம், அறிவியல் உலகம், விளையாட்டு உலகம், அதிசய உலகம், ஆன்மீக உலகம், சிந்தனா உலகம், கற்பனா உலகம், தத்துவ உலகம் என நமது மூளைக்குள் பலநூறு உலகங்கள் மறைபொருளாய் ஒளிந்திருக்கின்றன.

இவை எல்லாவற்றையுமே கேள்விச் சாவிகள் கொண்டுதான் திறக்க முடியும்.

நான் யார்? எனக்குள் நான் யாராக இருக்கிறேன்? இன்ப துன்பத்தின் வேர் எது? வாழ்க்கை என்றால் என்ன? பிறப்பும் மரணமும் ஏன்? நான் ஞானம் பெற்றவனா? சிந்தனாவாதியா? கலைஞனா? எனக்குக் கவிதை வருமா? என்னால் ஒரு கதை எழுத முடியுமா? என்னால் ஓவியம் தீட்ட முடியுமா? என்னால் இசை மீட்டமுடியுமா? என்னால் சிலை வடிக்க முடியுமா? என்றெல்லாம் உள்ளெழுந்த கேள்விகள்தான்... பலரை ஞானிகளாகவும் சிந்தனையாளர்களாகவும் தத்துவவாதிகளாகவும் கலைஞர்களாகவும் திறந்துவைத்திருக்கின்றன.

■

இருட்டில் இருப்பதைத் துல்லியமாகப் பார்க்க என்ன வழி? பறவைகளைப் போல் வானில் பறத்தல் சாத்தியம்தானா? மீன்களைப் போல் தண்ணீரில், தூரத்தைக் கரைக்க முடியுமா? தொலைவில் ஒருவர் பேசுவதைக் கேட்க முடியுமா? தூர தூரங்களில் இருப்பவரைப் பார்க்க முடியுமா? நோய்களைத் தீர்க்கமுடியுமா? என்றெல்லாம் கேள்விச் சாவிகளைக் கையில் எடுத்துகொண்டு தங்களைத் திறந்தவர்களே விஞ்ஞானிகளாகவும், மருத்துவர்களாகவும் ஆய்வாளர்களாகவும் மாறியிருக்கிறார்கள்.

இப்படிப்பட்டவர்கள்தான் நம்மை விமானத்தில் பறக்கவும் கப்பலில் மிதக்கவும் நோய்களில் இருந்து ,மீளவும் வைத்திருக்கிறார்கள்.

ஒரு காலத்தில் ராட்டை சுற்றிய நம் கைகள், இவர்களால்தான் கணிணிகளில் விளையாடிக் கொண்டிருக்கின்றன.

இவர்களது வித்தைகள்தான் முகநூலாகவும் கட்செவியாகவும் இன்ன பிறவாகவும் நம் கைகளில் மலர்ந்திருக்கின்றன. இவைதான் நம்மைக் கூடுவிட்டுக் கூடும் நாடுவிட்டு நாடும் பாய வைத்திருக்கின்றன.

இந்தக் கண்டுபிடிப்புகள் எல்லாம், எவர் எவரோ தங்களுக்குள் கேட்டுக்கொண்ட கேள்விகளுக்கான, விஞ்ஞான விடைகள். அறிவியல் அதிசயங்கள். புத்தியின் வரங்கள்.

■

நமக்குள் இப்படி ஏகத்துக்கும் அரும்பும் கேள்விகள்தான், நாம் நமக்குள் யாராக இருக்கிறோம் என்று நம்மைக் கண்டடைய வைக்கின்றன.

நம்மைக் கொண்டே நம் கேள்விகள்தான் நம்மைக் கதவு கதவாய்த் திறந்துவைக்கின்றன.

கேள்விச் சாவி கொண்டு, எந்தெந்த உலகத்தின் கதவு திறந்து, எவ்வளவு தூரம், நாம் நமக்குள் பயணிக்கிறோமோ, அந்தந்த அளவிற்கு அந்தந்த உலகத்தின் கனிமங்களை அள்ளிவரலாம்.

இந்த உள்முகப் பயணத்தின் போது, தொடக்கத்தில் குப்பைக் கூளங்கள் கிடைக்கலாம். இன்னும் கொஞ்சதூரம் போனால் இரும்புத் தாது கிடைக்கலாம்.

உள்ளே போகப் போக அலுமினியம், செம்பு, தங்கம் என்று ஆரம்பித்து வைர வைடூரியக் குவியல்கள் வரை, நமக்குள்ளிருந்து நாம் அள்ளிவரலாம்.

சிலர் தங்களின் சில உலகத்தைத் திறக்கிறார்கள்.

ஆனால் தங்களுக்குள் அதிக தூரம் போக அவர்களுக்குப் பொறுமை இருப்பதில்லை. இப்படிப்பட்டவர்களால் எதை அள்ளிவரமுடியும்?

விஞ்ஞான உலகத்தின் தூரங்களை தன்னுள் கடப்பவன் விஞ்ஞானியாய் பரிணமிப்பான். கவிதை உலகின் தூரங்களைத் தன்னுள் கடப்பவன் மகாகவியாய் மிளிரவே செய்வான்.

சிந்தனை உலகின் தூரங்களைத் தன்னுள் கடப்பவன் ஞானியாய்ச் சுடர்ந்தே தீருவான்.

உள்முகப் பயணத்தில் நாம் சென்ற தூரமே அந்தத் துறையில் நமக்கான உயரத்தைக் கொடுக்கிறது.

தூரம் உயரமாகும் அதிசயமல்லவா இது?

எனவே தேடலும் கேள்விகளும் ஆராதனைக்குரியவை என்பதை நம்புங்கள்.

தேடலுக்கான கேள்விச் சாவிகளை ஆராதியுங்கள்.

■ ■ ■

ஒளி தரும் இருள்!

நாம் இருளின் மலர்கள்.
இருளில் இருந்து மலர்ந்த மலர்கள்.
இருளில் கரையப்போகும் மாய மலர்கள்.

ஒளி தரும் இருள்!

நாம் இருளின் மலர்கள்.

இருளில் இருந்து மலர்ந்த மலர்கள்.

இருளில் கரையப்போகும் மாய மலர்கள்.

ஒருநாள் மின்சாரம் போன நேரத்தில்

அவன் மொட்டை மாடிக்குப் போனான். இருட்டுக்கு மேலும் அடர்ந்த நிறத்தை அன்று கொடுத்திருந்தது அமாவாசை.

அவன் மெதுவாய் இருட்டில் அமர்ந்தான்.

அவனது கண்கள் இருளை ஆலாபிக்க ஆரம்பித்தன.

இருளை ரசித்தான்.

இருளில் லயித்தான்

இருளோடு சங்கமித்தான்.

இருள் அவனிடம் பேசியது.

அதன் குரல் அவனுக்கு நன்றாகக் கேட்டது.

இருளின் பேச்சில் அப்படியொரு வெளிச்சம்.

அதன் பேச்சில் அப்படியொரு குழைவும் பாவமும் இருந்தது.

பகலின் பகட்டோ ஆரவாரமோ ஆர்ப்பட்டமோ கர்வமோ அதனிடம் கொஞ் சமும் இல்லை.

இருளை அவனுக்கு மிகவும் பிடித்திருந்தது.

ஆத்மார்த்த நண்பனைப் போல அதனை உணர்ந்தான். அது அவனோடு அந்தரங்கச் சினேகிதியைப் போல் நெருங்கியது.

அவனை சிநேகம் பிடித்துக்கொண்ட இருட்டுக்கும் அவனைப் பிடித்துப்போனது.

அதனால் அவன் மனதுக்குள் அமைதியை நிரப்பியது.

நிலவின் ஒளியால், இருள் அவனை நனைத்தது.

பேரழகு நட்சத்திரங்களின் மலர்ச்சியை அவனுக்குக் காட்டிக் களிப்பூட்டியது.

மேகங்களால் சில வடிவ வித்தைகளையும் அவனுக்காக அது செய்து காட்டியது.

மெல்லிய காற்றை வரவழைத்து அவன் வியர்வை துடைத்தது.

எங்கிருந்தோ சில பறவைகளை அவ்வப்போது பாடவும் வைத்தது.

இருளின் மீது அவனுக்கு மெல்லக் காதல் பிறந்தது.

அதனால் அவன் அடிக்கடி இருளைத் தேடிச்சென்றான்.

அவனுக்காக அது பாடவும் செய்தது.

அந்தப் பாடல்கள் அவனை நெகிழவைத்தன.

அவை அவன் விழியோரங்களை நனைக்கவும் செய்தன.

இருளின் பாடலில் பெருகுவது துயரமா?

இல்லை ஆனந்தத்தின் ததும்பலா? என்று அவன் தனக்குள் கேட்டுக்கொண்டான்.

மொட்டை மாடி இருளுக்காகக் காத்திருக்கவும் தோன்றியது.

சில நேரம் ஊர் அடங்கியபின், தன் அறை ஜன்னல்களில் இருந்த கனத்த திரைச் சீலைகளை முழுதாக மூடி, இருளை அவன் உள்ளே அழைத்துக் கொள்வதும் உண்டு.

அவனைப் பொறுத்தவரை இருள் அவனுக்கு அந்தரங்க நண்பன் அல்லது நண்பி.

அவன் குடும்பத்தார் அவனுக்கு புத்தி பிசகிவிட்டதோ என்று கவலைப்பட்டனர்.

ஆனால் அவனோ இருளோடு கதை பேசியபடியும் கவிதை பாடிய படியும் இருந்தான்.

அவன் தன்னை இருளின் யாசகனென்று தனக்குள் அறிவித்துக்கொண்டான்.

இருள் அவனுக்குச் சில வினோத உலகங்களை அறிமுகப்படுத்தியது.

ஆதி உலகின் ரகசியங்களை அது உணர்த்தியது.

இருளே இயற்கை என்று இருள் போதித்தது.

இருள் இருந்தால்தான் அதில் ஒளி பிறக்கமுடியும் என்ற விதியை இருளே

உணர்த்தியது.

இருளில் இருந்துதான் எல்லாம் தொடங்குகிறது என்ற உண்மை அவனுக்குப் புரியத்தொடங்கியது. இருளில் இருந்து சில வெளிச்சச் சிந்தனைகளை அவன் வெளியே எடுத்து எடுத்து தன் மனதிற்குள் சேகரிக்கத் தொடங்கினான்.

இயற்கையே இருளின் கர்ப்பத்திலிருந்து பிறந்ததுதான்.

உயிர்களும் இருளின் கர்ப்பத்தில் இருந்துதான் பிறந்தன.

இருளே நிலையானது. இருளே நிரந்தரமானது.

இருள்தான் உலகம் பேசிய ஆதி மொழி.

இருளில் இருந்து வெளிப்பட்டு இருளில் போய் கரைவதுதான் வாழ்க்கை.

நாம் இருளின் மலர்கள்.

இருளில் இருந்து மலர்ந்த மலர்கள்.

இருளில் கரையப்போகும் மாய மலர்கள்.

இந்த உலகமும் இருளில் இருந்தே வெளிப்பட்டு இருளை நோக்கியே நகர்ந்துகொண்டிருக்கிறது.

ஜனனத்திற்கு முன்னும் மரணத்திற்குப் பின்னும் இருள்தான்.

உயிர் விளக்கு அணைக்கப்படுவதே மரணம்.

மரணம் என்பது அமைதியான இருள்.

இருளன்றி வேறில்லை.

இப்படியெல்லாம் அவனுக்கு ஞானம் ததும்ப சில உபதேசங்களையும் இருள் செய்தது.

இருளில் அவன் ஆதி உலகத்தைப் படித்தான்.

ஆதி மனிதர்களின் அப்பழுக்கில்லா வாழ்க்கையைப் படித்து ஆனந்தித்தான்.

அவர்களோடு வனாந்தரங்களில் வேட்டைக்குப் போனான்.

சூது வாது இல்லாத பூமியாக அவர்களின் உலகம் இருந்தது.

அவர்களோடு அவனும் இலைதழை அணிந்தான். காட்டு மலர்களைச் சூடினான்.

அருவியில் குளித்தான். காதலில் களித்தான்.

காதலும் வீரமும் அவனை உருட்டி விளையாடின.

இருள், கடந்த கால உலகத்தை அவன் உள்ளங்கையில் உருளவைத்துக் காட்டியது.

இருளின் தயவால், அவன் பல நூறு நூற்றாண்டுகளுக்குப் பின்னால் இருந்த தரையில் நடந்தான்.

அதிகம் திருத்தப்படாத படி, கல்லும் முள்ளும் மரங்களும், புதர்களும் விரவிக்கிடந்த அழகிய தரை அது.

அவனுக்காக பூமி, வலமிருந்து இடமாய்ச் சுழன்றுகொடுத்தது. இயல்பாய் இருந்த இயற்கையின் ஏராள அழகை, மனம் நிறைய அள்ளிக்கொண்டான்.

இருள் சொல்லிக் கொடுத்த பாடங்களோடு நிகழ்காலம் வந்தான்.

இருள் சொல்லிக் கொடுத்ததை எல்லாம் பேசினான். அதை வெளிச்சமொழி என்று வியந்தார்கள்.

உலகம் அவனை ஞானி என்றது.

சித்தன் என்று சிரத்தின் மீது தூக்கிவைத்துக்கொள்ள எத்தனித்தது.

அவனோ எல்லாவற்றையும் ஒதுக்கிவிட்டு அவன் போக்கில் போய்க்கொண்டிருக்கிறான்.

இருள் சொல்லும் போதனைகளைக் கேட்கும் காதுகள் எல்லோருக்கும் வாய்ப்பதில்லை.

வெளிச்சத்தின் அறிமுகம் எவருக்கும் கிடைக்கலாம். இருளின் சிநேகிதம் எல்லோருக்கும் சித்திக்காத ஒன்று.

ஒளியை நேசிப்பது போல், மலரை நேசிப்பதுபோல், இசையை நேசிப்பது போல், இருளையும் நேசித்துப் பாருங்கள்.

அது உண்மையான வெளிச்சத்தை அடையாளம் காட்டும்.

■ ■ ■

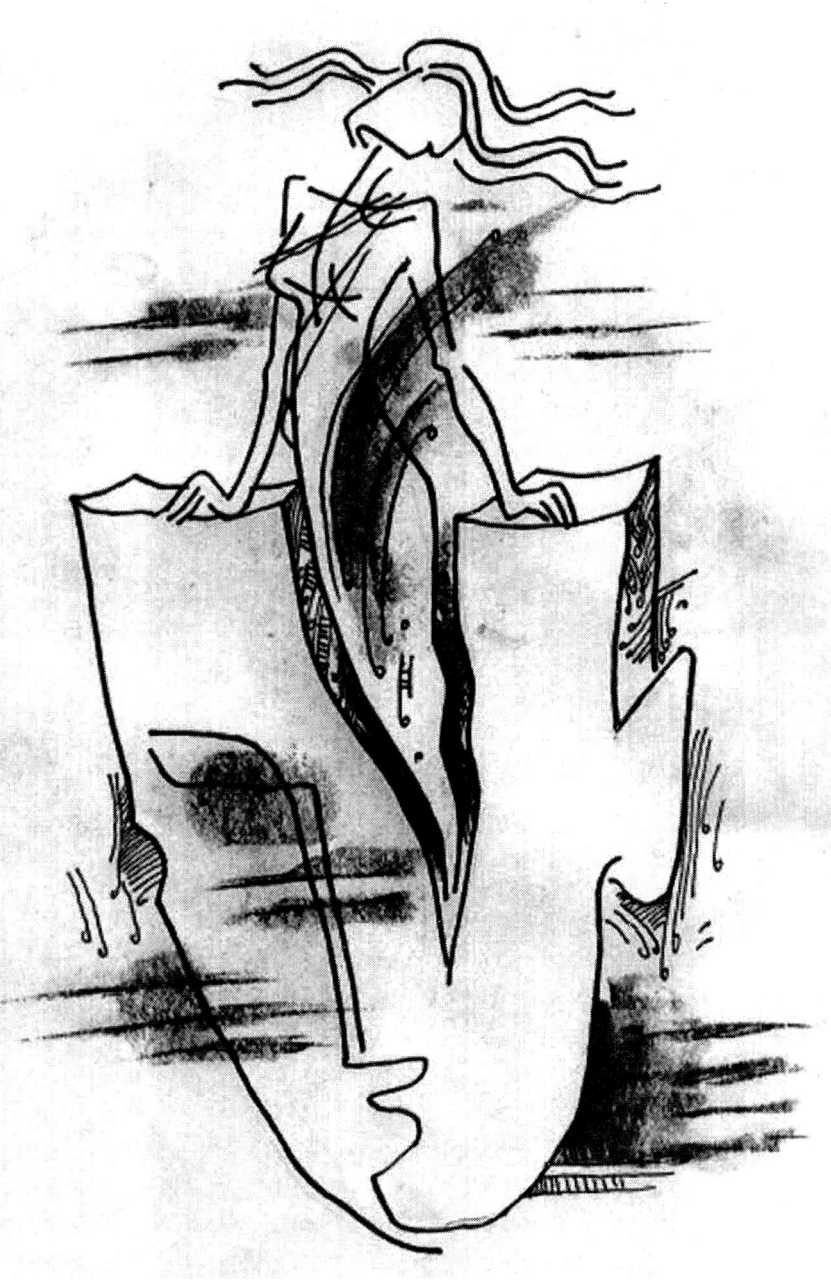

நிரப்பும் வெற்றுக் கோப்பை!

கருவறையில் வெற்றாய் இருந்த புலன்கள் ஜனனத்தில் இருந்து, கொஞ்சம் கொஞ்சமாய் நிரம்பத்தொடங்குகிறது.

நிரப்பும் வெற்றுக் கோப்பை!

கருவறையில் வெற்றாய் இருந்த புலன்கள் ஜனனத்தில் இருந்து, கொஞ்சம் கொஞ்சமாய் நிரம்பத்தொடங்குகிறது.

மனம் வலித்தது.

மயக்கம் கலைந்தது.

மோகத்தின் நிறம் வெளுத்துப்போனதுபோல் அவனுக்குத் தோன்றியது.

இனித்த இல்லறம் அவனுக்குக் கசந்துபோனது.

மனங்கொத்திப் பறவையாய் இருந்த மனையாள் இப்போது, பணம் கொத்திப் பறவையாய்த் தெரிந்தாள்.

காதல் வற்றியதால் காமமும் வற்றியது.

ஏதோவொரு வெறுப்பு தோன்ற, ஆள் நடமாட்டம் இல்லாத காட்டுப் பகுதி நோக்கி அவன் நடை போட்டான்.

■

அந்த வனமே தியானத்தில் மூழ்கியது போல் அசைவற்றுக் காட்சியளித்தது.

செறிந்த மரங்களின் வழியே நகர்ந்த ஒற்றையடிப் பாதையைப் பிடித்தான்.

நிசப்தத்திற்கு மத்தியில் இறுக்கம் விலகாமல் நடந்தான்.

அந்தப் பாதை, ஒரு மரத்தடிப் பாறைத் திட்டு மீது அமர்ந்திருந்த அந்த முதியவரின் முன்பாக அவனைக் கொண்டுபோய் நிறுத்தியது.

அவரைப் பார்த்ததும் ஞானி என நினைத்தான் அவன்.

மனிதப் பழம் போல் இருந்தார்.

கண்களில் கருணை கசிந்தது.

முகத்தில் சாந்தம் நிறைந்திருந்தது.

அவனைக் கூர்ந்து பார்த்த அந்த முதியவர்.. 'எங்கே வந்தாய்?' என்றார்.

'இல்லறம் வெறுத்ததால் துறவறம் மேற்கொள்ளும் எண்ணத்தோடு வந்தேன்' என்றான் அவன்.

முதியவரோ 'இல்லறம் ஏன் வெறுத்தது?' என்றார்.

'என் மனைவி சரியான ராட்சசி. எட்டு ஆண்டுகளாய் அவளிடம் நான் பட்டபாடு சொல்லி மாளாதது. அதனால் அவளோடு வாழ்வதைவிட துறவறம் மேற்கொள்வதுதான்

நல்லது என்று வந்துவிட்டேன்' என்றான் அவன்.

'எட்டு ஆண்டு இல்லறத்தில் ஒரு நாள்கூட நீ இன்பமாக இருந்ததில்லையா?'-அவரின் கேள்வி நீண்டது.

கொஞ்சம் நிதானித்தவன் 'ஆரம்பத்தில் இன்பமாகத்தான் இருந்தது. கொஞ்ச நாளாய்த்தான் அவள் சரியில்லை. அதை வாங்கிக்கொடு. இதை வாங்கிக்கொடு என்று இம்சை கொடுக்கிறாள்' என்றான் அவன்.

'அவள் விரும்பியதை வாங்கிக்கொடுக்க வேண்டியதுதானே' என்றார் அவர்.

'அதற்கு என்னிடம் ஏது வசதி?" என்றான் அவன்.

'அப்படியென்றால் உனக்குப் பிரச்சினை அவளல்ல, உன் வசதியின்மை. சரிதானே?' என்றார் அனுபவ ஞானத்தோடு.

கொஞ்சம் அமைதிகாத்துவிட்டு 'ஆமாம். என் பிரச்சினை அதுதான்' என்றான்.

'நீ உனக்குத் தேவையான வசதியைத் தேடாமல் துறவறத்தை எதற்குத் தேடுகிறாய்?'என்றார் விடாமல் அவர். அவனிடம் பதிலில்லை. நீண்டபெருமூச்சு மட்டும் வெளிவந்தது.

அவர் கேட்டார் 'உன்னிடம்தான் வசதி வாய்ப்பென்று எதுவும் இல்லையே. எதுவும் இல்லாத நீ, துறவறத்தின் மூலம் எதைத் துறக்கப் போகிறாய்?' இதற்கும் அவனிடம் பதில் இருக்கவில்லை.

முதியவரோ 'கவலைப்படாதே. நீ உன்னை முழுதாக வெற்றாக்கு. அதாவது வெறும் காலிப் பாத்திரமாக உன்னை வைத்துக்கொள். அப்போதுதான் நீ, விரும்பியவைகளால் உன்னை நிரப்ப முடியும். நீ உனக்குப் பயன்படாதவைகளைக் கொண்டு உன்னை நிரப்பி வைத்திருக்கிறாய். அதனால் உனக்குத் தேவையானவைகளை வரவு வைக்கவோ இருப்பு வைக்கவோ உனக்குள் இடமில்லை. எனவே உன்னை இனியேனும் வெற்றாக வைத்திரு" என்று பேசிக்கொண்டே போனார்.

அவனோ 'அப்படி என்ன நான், எனக்குத் தேவையில்லாதவைகளை நிரப்பி வைத்திருக்கிறேன்' என அவரிடம் கேட்டான்.

முதியவரோ 'ஆண் என்ற அகம்பாவத்தாலும்

பெண் உன்னைவிட மட்டம் என்ற நினைப்பாலும்

உன்னை நீ நிரப்பிக்கொண்டிருக்கிறாய்.

பிடிக்காவிட்டால் இல்லறத்தைப் பாதியிலேயே கைகழுவிவிடலாம் என்ற மனோபாவத்தாலும்

கூப்பிட்டால் ஓடிவரும் நாய்க்குட்டிதான் துறவறம் என்ற அசட்டுத்தனத்தாலும் உன்னை நீ நிரப்பி வைத்திருக்கிறாய். இப்படி வேண்டாத குப்பைகளால் உன்னை நிரப்புவதைவிட, உன்னை நீ வெற்றாக வைத்திருப்பது நல்லது' என்றார்.

அவனுக்கு புரிவது போலவும் புரியாதது போலவும் இருந்தது.

முதியவரோ 'உன் மனைவியிடம் நீயும், உன்னிடம் உன் மனைவியும் வெற்றுப் பாத்திரமாக இருந்தால், உங்களுக்குள் நீங்கள் நிரம்புவீர்கள்.

உங்கள் உறவுகளிடம் நீங்களும்

உங்களிடம் அவர்களும் வெற்றுப்பாத்திரங்களாக இருந்தால் உங்கள் உறவுக்கான பாத்திரங்களும் நிரம்பும். வெற்று என்பது பசி.

அது உங்கள் தேவைகளால் மட்டும்தான் தணியும்.

காதலின் பசிக்கு புத்தகங்களிடமும்

புகழின் பசிக்கு அதர்மங்களிடமும்

தன்னிறைவின் பசிக்கு சோம்பலிடமும் உணவு தேடாதீர்கள்' என்று பொதுவாய்ச் சொன்னார்.

அவனுக்கு ஒரு கணம் உட்காரவேண்டும் போல் இருந்தது. ஏனெனில் அவனுக்குள் சில எண்ணங்கள் புதிதாய் உட்காரத் தொடங்கின.

அவருக்கு எதிரே அமர்ந்துகொண்டான்.

அவன் இமைகள், தானாய் ஒருசில நிமிடங்கள் விழிகளைத் தாழிட்டுக்கொண்டன.

மனக்குதிரை ஓசை எழுப்பாமல் புல்வெளிச் சரிவுகளில் கொஞ்சதூரம் நடந்தது.

விழிமூடிய இருளில் சில வெளிச்சங்கள் தென்பட்டன.

தனக்குள் இருந்தவைகளை வழித்தெறிந்துவிட்டு

தன்னை வெற்றுப் பாத்திரமாக்கிக்கொண்டான்.

அவனுக்குள் அவன் மனைவி மீது குபீரென்று ஈரக்காதல் சுரக்க ஆரம்பித்தது.

சாப்பிட்டாளோ இல்லையோ, என்னைக் காணாது கவலையடைந்திருப்பாளே... என்றெல்லாம் அவள் சார்ந்த கவலையும் கனிவும் அவனுக்குள் சுரக்கத்தொடங்கியது.

அவளுக்காகவாவது எப்படியும் வெற்றிபெற்றே தீரவேண்டும் என்ற லட்சியம் சுரந்து, அவனுக்குள் ததும்ப ஆரம்பித்தது.

தொழிலை சுறுசுறுப்பாக்க என்ன செய்யலாம் என்ற தேடல் உள்ளே

தீவிரமடைய ஆரம்பித்தது.

சட்டென்று எழுந்தவன் அந்த முதியவரைத் தேடினான்.
அவன் தேடிய அவர், அங்கே இல்லை.
கண்மூடிய நிலையில் கண்களைத் திறந்துவைத்தவர் கண்ணுக்குத் தென்படவில்லை.
அவர் இருந்த இடத்தை நோக்கிக் கைகூப்பிவிட்டு
அவன் தன் வீட்டை நோக்கி நடக்க ஆரம்பித்தான்.

எல்லாமே இங்கு வெற்றுதான்.
எல்லாமே இங்கு நிரம்பவேண்டிய காலிப் பாத்திரங்கள்தான்.
பிரபஞ்சம் வெற்றிலிருந்து வந்ததுதான்.
பிரபஞ்சத்தின் ஆதி வடிவம் வெற்று; இயற்கையின் ஆதிப்புள்ளி வெற்று.
வெற்றாய் மனிதனைப் படைத்த இயற்கை,
வெற்றுப் பாத்திரங்களாய் அவனுக்குள்
ஐம்புலன்களைப் படைத்தது.

கருவறையில் வெற்றாய் இருந்த புலன்கள்
ஜனனத்தில் இருந்து மெல்ல மெல்ல நிரம்பத்தொடங்குகிறது.
கண்களைப் பார்வை கொண்டும்
செவிகளை ஓசை கொண்டும்
நாசியை மணங்கள் கொண்டும்
நாவினை வார்த்தை கொண்டும்
மெய்யினை உணர்வு கொண்டும்
நிரப்பிக்கொள்ள ஆரம்பிக்கும் நாம்
இந்த ஐம்புலன்களைக் கொண்டுதான்

ஆளுர் தமிழ்நாடன்

நம்மை நாம் முழுதாக நிரப்ப ஆரம்பிக்கிறோம்.

∎

நம் ஐம்புலன்களும் தூரிகைகள். அவை வரையும் ஓவியத்தின் பெயர்தான் புத்தி.

அந்த புத்திதான் நாம்.

.ஐம்புலன்களின் ரசனையான கலவையாகத்தான் நாம் இருக்கிறோம்.

புலன்கள் பலவீனமானவை எனில், நாம் பலவீனமான ஓவியம்.

புலன்கள் வசீகரமானவை எனில் நாம் வசீகர ஓவியம்.

நாம் ஒவ்வொருவரும் ஒவ்வொரு கலவையின் கீழ் உருவான ஓவியங்கள்தான்.

இங்குள்ள எல்லா ஓவியங்களும் ஒருவகையில் வெற்றுப் பாத்திரங்கள்தான்.

வெற்றுத் தூரிகையால் வரைகிற ஓவியங்கள் கூட

வெற்றுப் பாத்திரங்களாய் மாறி, ரசிக்கிற கண்களால் தங்களை நிரப்புகின்றன.

புலன்களால் வரையப்பட்ட உயிர் ஓவியங்களான நாம் நமது தேவைகளால் நம்மை நிரப்பைக்கொள்ள வேண்டாமா?

வெற்றாய் இருங்கள். வெற்றை நேசியுங்கள்.

உங்கள் வெற்றிலிருந்து நீங்கள் விடுபட

உங்களை உங்களுக்குப் பிடித்தவைகளால் நிரப்ப முயற்சியுங்கள்.

காலிக் கோப்பைகளைத்தான் நிரப்ப முடியும்.

எனவே முதலில் காலிக் கோப்பையாய் இருங்கள்.

வாழ்வை நிரப்பும் காலிகோப்பையாக மாறுங்கள்.

உங்கள் கோப்பைகளை அன்பாலும் கருணையாலும் காதலாலும்

மனிதத்தாலும் நிரப்ப முயலுங்கள்.

வாழ்வின் வண்ணங்களும் வசீகரங்களும் இனிய அனுபவங்களும் உங்கள் இனிய செயல்களால் உங்களை நிரப்பும்.

எனவே முதலில் காலிக் கோப்பையாய் இருங்கள்.

நம் காலிக் கோப்பைகளே நம் பசி. நம் பசி தனக்குத் தேவையானதை எப்படியும் அடைந்துவிடும்.

■ ■ ■

வலியை வழிபடுங்கள்!

நாம், காயங்களின் செல்லப் புத்திர்கள்.

அந்தக் காயங்கள்தான் நமக்குத் தாய்ப்பால் ஊட்டுகிறது.

வலியை வழிபடுங்கள்!

நாம், காயங்களின் செல்லப் புத்திர்கள்.
அந்தக் காயங்கள்தான் நமக்குத் தாய்ப்பால் ஊட்டுகிறது.

அமைதியாய் நகர்ந்துகொண்டிருந்தது அந்த நதி. அதையொட்டிய ஒற்றையடிப் பாதையில் போய்க்கொண்டிருந்தான் அவன்.

அவன் நினைவுகளும் எங்கெங்கோ போய்க்கொண்டிருந்தன.

சட்டென்று உள்ளங்காலில் ஒரு வலித் தாக்குதல் உண்டானது.

மின்னலாய்ப் புறப்பட்ட வலி, மின்னலைபோல் சட்டென மறையாமல் நீடித்தது.

வலி வேகத்திலேயே தன் காலை உயர்த்திப் பாதத்தைப் பார்த்தான்.

உள்ளங் காலில் ஏதோ முள்ளொன்று தைத்திருந்தது.

பிடுங்கி எறிந்தான்.

எனினும் அடுத்த அடி ஊன்ற அவனால் முடியவில்லை. வலி.

உடனே அருகே இருந்த எருக்கம் இலையைப் பறித்தான். அதன் காம்பில் பொங்கிய பாலை, வலி நிலைத்த இடத்தில் தேய்த்தான்.

வலி மட்டுப்பட்டது.

வலிதான் காலில் தைத்த முள்ளைக் காட்டிக் கொடுத்தது.

அதுதான் எருக்கம் பாலைத் தேட வைத்தது.

வலிதான் தன்னை உணர்த்தி, அவனிடம் நிவாரணம் பெற்றுக்கொண்டது.

வலியே மருந்தைத் தேடுகிறது.

■

தாயின் வலிக்கு மத்தியில் பிறந்த நம் உடலில், வலி நிறைந்து ஒளிந்திருக்கிறது.

வீணைக்குள் ஒளிந்திருக்கும் இசை போல, அது நமக்குள் ஒளிந்திருக்கிறது.

வலி என்று ஒன்று இல்லை என்றால், உடல் உருப்படியாய் இருக்காது.

உடலில் நிரப்பப்பட்டிருக்கும் உயிரும் எப்போது வேண்டுமானாலும் சத்தமில்லாமல், நமக்கே தெரியாமல் ஒழுகிவிடும்.

வலி என்ற ஒன்று இல்லையெனில் நம் மீது கல் வீசினாலும் அரிவாளை வீசினாலும் மௌனத்தையே உடல் உணரும்.

அந்த மௌனம் நமக்கு ஆபத்தை உணர்த்தாது.

குருதி ஒழுகினாலும் உயிர் ஒழுகினாலும் இந்த மௌனம் எச்சரிக்காது.

வலியின்றி எதுவும் உறைக்காது.

■

வலி என்பது உடலையும் உறுப்புகளையும் கண்காணிக்கும் காவல் காரன்.

உடலின் சகல இடங்களையும் அவன்தான் கண்ணுக்குத் தெரியாமல் நின்று காவல் காக்கிறான்.

உடலுக்கும் உறுப்புகளுக்கும் வருகிற ஆபத்தை அவன்தான் நமக்கு அறிவிக்கிறான்.

அவன் இல்லை என்றால் விபத்தில் கை போனாலும் கால் போனாலும் தெரியாது.

வலிதான் நமது பாதிப்பை நமக்குச் சொல்கிறது.

அந்த வலிதான் நம்மைப் பாதித்த உறுப்புகளின் மீது, நம் கவனத்தைக் கொண்டுபோய்க் குவிக்கிறது.

வலி என்பது நமக்கு உடல் அடிக்கும் எச்சரிக்கை மணி.

வலி என்பது ஒரு மொழி.

அது நம்மிடம் பேசுகிறது.

இங்கே அடிபட்டுவிட்டது. இங்கே காயம். என்று சொல்கிறது.

நம் உள் உறுப்புகள் ஏடாகூடம் செய்தாலும், வலிதான் தன் மொழியில் அது குறித்து நம்மிடம் சொல்கிறது.

பாதிப்பின் தன்மைக்கு ஏற்ப, மெலிந்த குரலிலோ வலிந்த குரலிலோ வலி பேசும்.

வலிதான் பாதிப்பைச் சொல்லி, நம்மை மருத்துவரையும் மருத்துவத்தையும் தேடவைக்கிறது. அதுவே நிவாரணத்துக்கு வழி வகுக்கிறது.

வலியின் பரிந்துரையில்தான் நமக்கு சிகிச்சைகள் நடக்கிறது.

வலியே நம்மை குணப்படுத்துகிறது.

அப்படிப்பட்ட வலியை நாம் வழிபட வேண்டாமா?

வலியின்மை என்பது விபரீதம்.

இனிப்பு வியாதிக்காரர்கள் சிலருக்கு மாரடைப்பின் போது கூட வலி இருக்காது. அதனால் மரணத்தின் அருகில் இருப்பதை அவர்கள் உணரமாட்டார்கள்.

வலியின்மை மரணத்தைக் கூட இலகுவாக அணுகவைத்துவிடும். வலியில்லையேல் தற்காப்பில்லாமல் எதிரியின் கையில் சிக்குவது போல் ஆகிவிடும்.,

இப்படி ஒரு பாதகம் மனிதருக்கு ஆகாது என்றுதான் இயற்கை வலியை அருளியிருக்கிறது.

வலி நமக்கு வரமாகத்தான் தரப்பட்டிருக்கிறது.

நம் மீது அக்கறை காட்டும் அந்த வலியை நாம் வழிபட வேண்டாமா?

■

நம் காயங்களில் இருந்துதான் நமது வாழ்க்கையெனும் ஓவியத்தை இயற்கை வரைகிறது.

காயங்கள் இல்லை என்றால் வெயிலில்லாத நிழல் வாழ்க்கை, அலுப்புத் தட்டிவிடும்.

வலி, நம் தோள்மீது தோழமையாய்க் கைபோட்டு எச்சரிக்கிறது.

காயங்கள்தான், தாக்குதல்களில் இருந்து நம்மை கவனமாகத் தப்பச் சொல்கிறது.

அதைக் கேட்பதும் கேட்காததும் அவரவர் பாடு.

காயங்களும் வலியும் இல்லை என்றால் பாதுகாப்பு உணர்வு நமக்கு ஏது? நமது கயங்களிலில் இருந்தும் வலியில் இருந்தும்தான் நமது நாட்கள் பாதுகாப்பாய் நகர்கிறது.

நமது தோல்விகளால்தான் நமது வெற்றி புன்னகைக்கிறது.

நாம், காயங்களின் செல்லப் புத்திர்கள்.

அந்தக் காயங்கள்தான் நமக்குத் தாய்ப்பால் ஊட்டுகிறது.

புல்லாங்குழலின் காயங்களில் இருந்துதான் இசை பிறக்கிறது.

தவில் வாங்கும் அடியில் இருந்துதான் ஆதி தாளமோ... திஸ்ரமோ பிறக்கிறது.

கண்ணகியின் காயத்தில் இருந்துதான் சிலம்பதிகாரம் மலர்ந்தது.

சீதையின் கண்ணீரில்தான் ராமாயணம் மலர்ந்திருக்கிறது.

அனாரும் சலீமும் அம்பிகாபதியும் அமராவதியும் தங்கள் வலிகளால்தான் இன்னும் வாழ்ந்துகொண்டிருக்கிறார்கள்.

காயம்படாமலும் அடிபடாமலும் கண்ணீர் இல்லாமலும் எவர் வாழ்வும் காவியமாவதில்லை.

வெற்றுப் பாறைகள் கூட உளியின் தாக்குதல்களில்தான் சிற்பமாகிறது.

எனவே காயங்களை வழிபடுங்கள்.

காயங்களால் ஆசிர்வதிக்கப்பட்டவன் தோல்வியில் புதைந்ததாகச் சரித்திரமில்லை.

காயங்களில் இருந்துதான் வெற்றியின் கதவுகள் திறக்கின்றன.

வலியில் இருதுதான் வழிகள் பிறக்கின்றன.

இத்தகைய வலியை வழிபடவேண்டாமா?

காயங்களை நாம் கை கூப்பித் தொழவேண்டாமா?

■ ■ ■

உயரம் தரும் பள்ளம்

பள்ளங்கள்தான் வாழ்வின் ரகசியங்களை அள்ளி அள்ளிக்கொடுக்கும் அட்சய பாத்திரங்கள்

பள்ளம்

பள்ளங்கள்தான் வாழ்வின் ரகசியங்களை அள்ளி அள்ளிக்கொடுக்கும் அட்சய பாத்திரங்கள்.

இரவாலும் பகலாலும் உலகை நீராட்டுகிறது இயற்கை. அதன் மேனியை மேடு பள்ளங்களாய்ச் செதுக்கி, அது சிலையாய் வடித்திருக்கிறது.

மௌனத்தாலும் இசையாலும் பூமியைத் அது தாலாட்டுகிறது. பூக்களாலும் முட்களாலும் அதுவே பூமியை அலங்கரிக்கிறது.

அதனால்தான் இயற்கையின் அழகை, பெருமிதம் பொங்க, பறவைகளின் குரலால் ஏகாந்தத்தோடு இசைத்துக்கொண்டே இருக்கிறது பூமி.

எனினும், இயற்கையின் இந்த ஆலாபனையை ரசிக்கும் நிதானம், பலரிடம் இருப்பதில்லை.

∎

காற்று மிருதுவாக வீசிக்கொண்டிருந்தது.

கோபம் தணிந்தார்போல் வெய்யில் இதமாகக் காய்ந்தது.

மலைப்புதர்களுக்கு நடுவே வகிடெடுத்துக்கொண்டு, மேலே ஏறி வந்த அந்த ஒற்றையடிப் படிக்கட்டுகளைத் தடம் பிடித்துக்கொண்டு, மூச்சிரைப்போடு அந்த மலைக்கோயிலை நோக்கி நடந்தான் அவன்.

கோயில் கம்பீரமாக வீற்றிருந்தது.

எந்த அரசனின் பக்தியோ, பலரின் உழைப்பை அங்கே கோபுரமாய்க் குவித்திருந்தது.

படிக்கட்டுகளின் அருகே, ஒரு மரத்தடித் திட்டில், ஒரு முதியவர் அமர்ந்திருந்தார். தன்னிச்சையாய் அந்த மரத்தடி நோக்கி நடந்தான்.

அவர் மோனத்தவம் நோற்றிருந்தார். அவர் முகத்தில் இருந்த தாடியும் ஒருவித சாந்தமும் அவனை வசீகரித்தது.

அவரைப் பார்த்த மாத்திரத்தில்

அவன் தூக்கிச் சுமந்துவந்த மனபாரம் சட்டெனக் காணாமல் போனது.

மனதிற்குள் இனமறியாத அமைதி பொங்கித் ததும்பியது.

இந்த அமைதிக்குள், முந்தைய நொடிகள்வரை இருந்த குழப்பமெல்லாம் மாயமாகியிருந்தன.

சிலிர்ப்போடு அவர் முன்போய் வணங்கி நின்றான்.

அவரிடம் சலனமில்லை.

அவன் வந்ததை அவர் உணர்ந்ததாகவும் தெரியவில்லை. கொஞ்சநேரம் நின்றவன், அவரது மோனத்துக்குத் தான் இடையூறு விளைக்கலாகாது என நினைத்து நகர எத்தனித்தான்.

மனமில்லாமலே அவரை மீண்டும் ஒருமுறை வணங்கிவிட்டுத் திரும்பினான்.

அப்போது 'ஏனப்பா புறப்படுகிறாய்?' என்றார் அவர்.

'உங்கள் மோனத்தைக் கலைக்க விரும்பாததால் கிளம்ப எத்தனித்தேன்' என்றான் நெகிழ்ச்சியாய்.

அவரோ 'நான் மோனத்தில் இருக்கிறேன் என்பது வெளித்தோற்றம். உள்ளபடியே நான் என் பள்ளங்களோடு உரையாடிக்கொண்டிருந்தேன்' என்றார்.

'பள்ளங்களோடு உரையாடலா?' என அவன் திகைத்தான்.

'ஆமாம். நான் என் உயரங்களை விட என் பள்ளங்களைத்தான் நிறைய நேசிக்கிறேன். அதனால் என் நேசத்துக்குரிய பள்ளங்களுடன் அடிக்கடி நான் பேசுவது வழக்கம்தான். உயரத்தில் உட்கார்ந்து கொண்டு பள்ளத்தின் அழகில் லயிப்பது சுகம் ' என்றார்.

'என்னுடன் இருப்பவர்களே எனக்குப் பள்ளம் பறிக்கிறார்கள்' என முறையிட நினைத்தவன் ... அவரின், பள்ளத்தின் மீதானக் காதலைப் பார்த்து நிலை குலைந்து ஒரு நிலைக்கு வந்தான்.

அவனுக்குப் பள்ளங்கள் அத்தியாவசியம் என்பது எப்படியோ சட்டெனப்

புரிந்தது.

அவன் தான் மலையேறிவந்த பள்ளத்தாக்கை கூர்ந்து கவனித்தான். 'உன்னை மேலே அனுப்பிவைத்தது நானல்லவா?' என்று பள்ளத்தாக்கு கேட்பது போலிருந்தது. அவரிடம் நிகழ்த்த நினைத்த உரையாடலை அவனே நிகழ்த்திக்கொண்டு ஒரு தெளிவைப் பெற்றான்.

உடனே பள்ளத்தாக்கை நோக்கிக் கைகுவித்தான்.

அவர் புன்னகையால் அவனை ஆசிர்வதித்து வழியனுப்பி வைத்தார்.

அவனோ மலைகோயில் பயணத்தை அங்கேயே கைவிட்டுவிட்டு, பள்ளங்களின் காதலானாகி வீடு நோக்கி நடக்க ஆரம்பித்தான்.

அவனைப் பொறுத்தவரை அவனது பள்ளங்கள்தான் நிம்மதி தேடி அவனை மலையேற வைத்தன. பள்ளத்தில் இருந்து மேடேறியதால்தான் அவனுக்கு பள்ளங்களின் உயரங்கள் தெரிந்தன.

சமதள வாழ்க்கை எவருக்கும் எதையும் போதிப்பதில்லை. அவை மத்திய வர்க்கத்தினரைப் போல் உயரவும் முடியாமல் தாழவும் முடியாமல் தவிப்பது. இது இரண்டாம் கெட்டான்கள்.

உயரங்களோ மேல்தட்டு வர்க்கம். இவை தன்னைப் பற்றியோ தனது நாளைகள் பற்றியோ கவலைப்படாதவை. உயரங்களுக்கு சோம்பல் வெகுமதியாக வந்துவிடும். அந்த வெகுமதியே உயரங்களைச் சீரழித்துவிடவும் கூடும்.

ஆனால் பள்ளங்களோ, வாழ்க்கையில் எதிர்நீச்சல் போடும் கீழ்தட்டு வர்க்கத்தினருக்கு சமமானவை. எதிர் நீச்சலும் போராடும் குணமும் கீழ்த்தட்டு வர்க்கத்தினருக்குக் கிடைத்திருக்கும் ஊன்றுகோல்கள். இந்த உத்வேகம்தான் பள்ளத்தை மெல்ல மெல்ல உயர்த்தும் வல்லமை படைத்தது.

எனவே பள்ளங்கள் கருதத்தக்கவை.

கருதி கவனிக்கத்தக்கவை.

கவனித்து மெல்ல மெல்லக் காதலிக்கத் தக்கவை.

கூர்ந்து பார்க்கிறவர்களுக்கு மட்டும்தான் தெரியும்; பள்ளங்கள் வாழ்வின் ஆதார சுருதிகள் என்கிற ரகசியம்.

பள்ளங்கள் தான் நமது வாழ்வை நிறைக்கும் பாத்திரங்கள். அவைதான்

வாழ்வின் ரகசியங்களை அள்ளி அள்ளிக்கொடுக்கும் அட்சய பாத்திரங்கள்.

உலகம் தனது பள்ளங்களில் இருந்துதான் மேலேறி வந்திருக்கிறது.

மனிதமும் மனித நாகரீகமும் இயற்கையின் பள்ளங்களில் இருந்துதான் பிறந்து வந்திருக்கின்றன.

பள்ளங்கள் இல்லையாயின் நமது விதைகள் மண்ணிலிருந்து தாவர வர்க்கமாய் தளிர்த்திருக்காது.

பள்ளங்கள் இல்லையாயின் தண்ணீர் கூட மனித வர்க்கத்திற்குக் கிடைத்திருக்காது.

இருப்பு என்பதன் ஆதியே பள்ளம்தான்.

அதனால்தான் ஆதிமனிதன் பள்ளங்களை நேசித்தான்.

அவன் செயற்கையாய் உருவாக்க முயற்சித்த பள்ளங்கள்தான் குவளையாய், மண்பாண்டமாய், கோப்பையாய், குண்டானாய் இன்னபிற கொள்கலனாய் உருவெடுத்தன.

அவற்றில் தனது தேவைகளைச் சேகரிக்கலானான் மனிதன்.

■

பள்ளங்கள் மனிதனையும் மனிதனுக்கு தேவையானவற்றையும் சேகரிக்கும் கஜானாவாயின.

பள்ளங்கள் கடலைக் கரு சுமந்தன.

பூமியின் பள்ளங்கள் வானையும் நிரப்பும்.

எவ்வாறெனில் கடல் எனும் பள்ளத்தில் இருக்கும் நீரே மேலே சென்று, கருமேகங்களாய்க் கர்ப்பம் தரிக்கின்றன.

வான்மகள், அதைக்கொண்டுதான் மழைத் தாரைகளைப் பெற்றுப்போட்டு பூமியை நிர்வகிக்கிறாள்.

■

பள்ளங்களே ஏரி, குளம், குட்டை என நீர் ஆதாரங்களாய் மாறுகின்றன. இவைகளைக் கொண்டே பள்ளமாய் இருக்கும் விளை நிலங்களில் விவசாயம் நடக்கிறது. இந்தப்ப பள்ளங்களின் விளைச்சலே உலகின் காவல் அரணாய் உயர்ந்து திகழ்கிறது.

உண்மையில் பள்ளங்களே மனிதனின் பசியாற்றுகின்றன.

பள்ளங்களில் இருந்து மேடேறுவதுதான் மனித இயல்பு. மனிதன் மேடேறுவதற்காகத்தான் பள்ளங்கள் படைக்கப்பட்டிருக்கின்றன.

சொல்லப்போனால் மனிதர்களாகிய நாமே பள்ளங்களின் புத்திரர்கள்தான். உடலின் பள்ளங்களிதான் நாம் விதைக்கப்படுகிறோம். அந்த உடற் பள்ளங்களிலிருந்துதான் நாம் விளைவிக்கப்படுகிறோம். எனவே பள்ளங்கள்தான் மனிதத்தின் ஆதிக் கருவறை.

பள்ளங்களின் மகத்துவம் அறிந்தவர்களால் மட்டுமே உயரங்களில் மதிப்போடு உலவமுடியும்.

பள்ளத்தை மறந்தொரு வெற்றியில்லை.

தாயை மறுதலித்தொரு சிசு இல்லை.

இடறி விழுவதைத் தவிர உயரங்கள் வேறெதையும் போதிப்பதில்லை.

மேலே ஏறுவதைத் தவிர, பள்ளங்களிடம் போதிக்க வேறெதுவும் இல்லை.

எனவே பள்ளங்கள்தான் வாழ்வைப் போதிக்கும் இயற்கையின் பள்ளிக்கூடங்கள்.

∎

தண்ணீர் கூட பள்ளங்களை நோக்கித்தான் பாய்ந்தோடி ஓடிவருகிறது.

பள்ளங்களோ எல்லாவற்றையும் வாஞ்சையோடு கைநீட்டி அழைக்கும் அன்பான தாய்.

அவை ஏழைகளுக்கும் தஞ்சம் கொடுக்கத் தவறுவதில்லை.

உயரங்களோ இறுக்கமான மாற்றாந் தாய்.

அவை எல்லோரையும் அவ்வளவு சீக்கிரத்தில் அரவணைப்பதில்லை.

தாயின் உடற்பள்ளத்தில் விளையும் மனிதன், தாய் மண்ணின் மடிப்பள்ளத்தில்தான் இறுதியாக ஓய்வெடுக்கிறான்.

உயரங்கள் வாழ்க்கையை செலவழிக்கும். பள்ளங்கள்தான் வாழ்க்கையை சேமிக்கும்.

அப்படியிருக்க பள்ளங்களைக் கண்டு நாம் பயப்படுவானேன்?

நமது எதிரிகள் நமக்குப் பறிக்கும் பள்ளங்கள்தான், நமக்குள் ஜாக்கிரதை

உணர்வை நிரப்புகின்றன. அந்தப் பள்ளங்கள்தான் நமது எதிரிகளின் உள்ளங்களை நமக்கு உரத்துச் சொல்கின்றன.

அதே பள்ளங்கள்தான், அவற்றிலிருந்து விடுபடும் உத்வேகத்தையும் வழிகளையும் தருகின்றன.

அத்தகைய பள்ளங்கள்தான், நமக்கான உயரத்தை நமக்குக் காட்டுகின்றன. எனவே பள்ளங்களைக் கண்டு பயப்படாதீர்கள்.

அந்தப் பள்ளங்கள்தான் நமது உயரங்களை தனக்குள் நிரப்பி வைத்திருக்கின்றன.

நமது உயரங்கள் நமது பள்ளங்களிதான் ஒளிந்திருக்கின்றன.

எனவே பள்ளங்கள் மீது பற்றுகொள்ளுங்கள்.

பள்ளங்களில்தான் நிரம்பியிருக்கின்றன வாழ்வின் பரவசங்கள்!

■ ■ ■

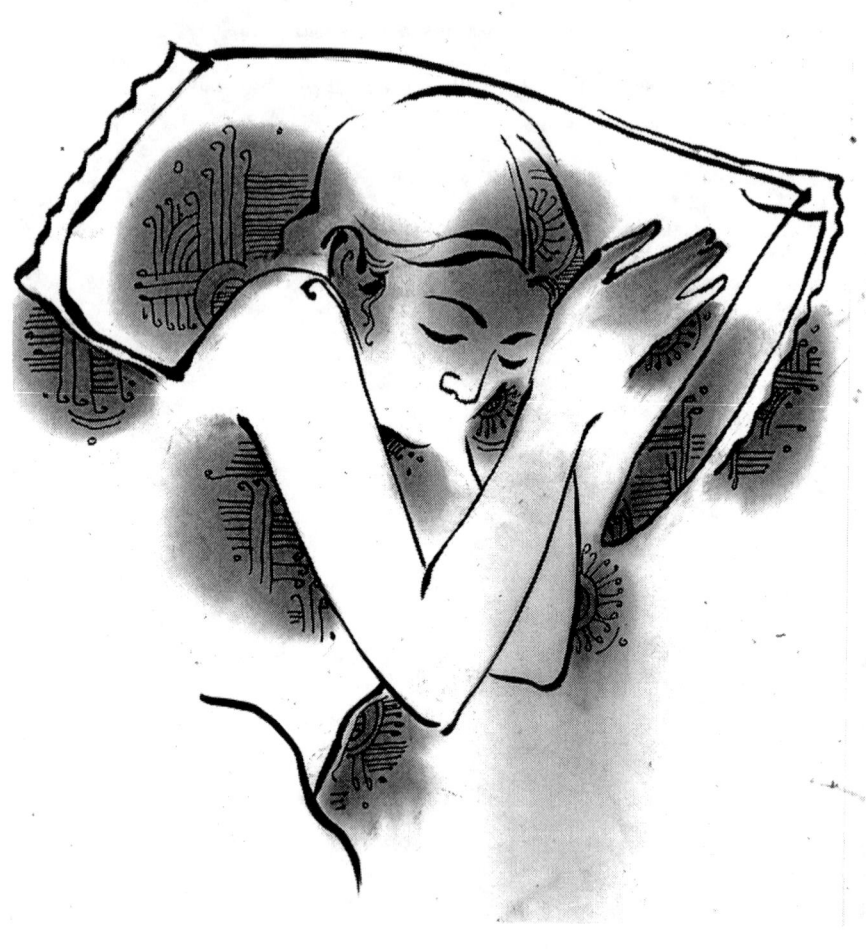

விழிப்பு தரும் துயில்!

நமது துயிலுக்குள் மிருதுவான இருளை மோனவிளக்குகள் கசியவிடுகின்றன.

விழிப்பு தரும் துயில்!

நமது துயிலுக்குள் மிருதுவான இருளை மோனவிளக்குகள் கசியவிடுகின்றன.

உறக்கத்தை உதறுங்கள்; எப்போதும் விழிப்பிலேயே இருங்கள். விழிப்புதான்

நமது உயிர்ப்பான தருணம். அதை இழந்துவிடாதீர்கள்

- என்கிற தொனியில் நிறைய போதனைகள் புறப்படுகின்றன.

உறக்கம் உதறத்தக்கது அல்ல.

அது ஆரத்தழுவி அமிழ்ந்துபோவதற்கான அழகிய உலகம்.

உறக்கம் விழிப்பின் தாய். உறக்கத்திலிருந்தே விழிப்பு பிறக்கிறது.

உறக்கம் என்பது வீணையானால், அதிலிருந்து பிறக்கும் பூபாளம்தான் விழிப்பு.

விழிப்பும் துயிலும் ஒன்றில்லாது ஒன்றில்லை.

விழிப்பும் துயிலும் நாம் பெற்ற வரங்கள்.

உடல்கொண்டு இயங்கும் நமக்கு இவ்விரண்டையும் வரமாக வாரிக்கொடுத்துக் கொண்டிருக்கிறது ஈடற்ற இயற்கை.

விழிப்பு, நமது புற உலகை பலப்படுத்துகிறது.

துயில், நமது அக உலகை பலப்படுத்துகிறது.

விழிப்பில் இருக்கும் நாமும் துயிலில் இருக்கும் நாமும் நமது வேறுவேறான ஒருமை.

துயிலும் விழிப்பும் நமது இடது வலதுமாய் இருப்பவை. அல்லது வலதும் இடதுமாய் இருப்பவை.

 நம் உடலின் முன்புறம் பின் புறம் இருப்பது போல, அதற்கு மேலும் இரண்டு உயிர்ப்பானப் பக்கங்கள் உண்டு.

அவைதான் உறக்கமும் விழிப்பும்.

துயில் ஒருவகையான மோனத்தவம்.

மனம் அந்த நிலையில்தான் சுமை தரிக்காது வெற்றை அணிகிறது.

புத்தி, தன் அசுரவேகத்தைக் குறைத்து நிதானித்து அமைதியடைகிறது.

கண்ட திக்கிலும் அலைந்து திரிந்து களைத்துப்போகும் நமது மூளைக்கு,

இயற்கை இரவுக் கிண்ணத்தில் நிரப்பித்தரும் ஓய்வுக்கான மயக்க பானமே துயில்.

உறக்கம் ஒரு உன்னத உலகம். நிசப்த வீதிகளால் ஆன உலகம்.

மௌன இசை கசியும் மந்திர உலகம் அது.

அன்றாடக் காயங்களுக்கு மருந்தும் ஒத்தடமும் இங்குதான் கிடைக்கிறது.

இங்கு வேட்டைகளும் இல்லை. விழுதல்களும் இல்லை.

ஆசைகளும் நிராசைகளும் தீண்டாத மாய உலகம் இது.

துயில்; நம் ஆயுளை நனைக்கும் ஆனந்த நதி.

பலரால் இதை முழுதாக நீந்திக்கடக்க முடிவதில்லை. தரை தட்டிவிடுகிறார்கள்.

பலர் இந்த உலகத்தை, அவசரக் காமம் போல் பரபரப்பாய்க் கடக்கிறார்கள்.

இதில் முழுதாய் ஆழ்ந்துபோக முடியாதவர்களுக்குத்தான், கனாச் சன்னல்கள் கண்டபடி திறக்கின்றன.

இந்தக் கனவுகளின் வழியாய் வினோதத் தொந்தரவுகளும் ஆனந்த அவஸ்தைகளும் வந்து கொஞ்ச நஞ்ச உறக்கத்தையும் குத்திக் கிழித்துவிட்டுப் போகும்.

எதுவும் தேவைப்படாத மாய உலகத்துக்குள் நாம்தான் கனவுகளை அனுமதித்து

அல்லாடுகிறோம்.

துயிலைக் காதலாய் அணுகிக் கிறக்கத்தோடு மோகித்து, அதில் நாம் ஆனந்தமாய் மூழ்கவேண்டும்.

பிரஞ்ஞையற்றுப் போய் அதன் நிசப்த வீதிகளில் நாம் திரியவேண்டும்.

உடம்பின் அணுக்கோப்பைகள் முழுதையும் துயிலால் நிரப்பிக்கொண்டு

தூங்கவேண்டும்.

நமது எல்லாத் திசைகளுக்கும் அங்கே நாம் திரை போட்டுக்கொள்ள முடியும்.

சிந்தனைக் குதிரைகள் ஓடவோ, ஆசை வண்டுகள் ரீங்கரிக்கவோ நமது துயிலுக்கிடையில் நாம் அனுமதிக்கலாகாது.

நமது துயிலுக்குள் மிருதுவான இருளை மோனவிளக்குகள் கசியவிடுகின்றன.

துயிலின் போது நாம் நமது புற உலகை முழுதாய் வெளியே அனுப்பிவிடவேண்டும்.

நாம் நம்மை, நமக்குள் அடைக்காக்கும், தாய்மடிக் கதகதப்பே துயில்.

வார்த்தைகளும் ஓசைகளும் இன்றி மௌனங்களோடு மௌனத்தால் நாம் பேசும் வசீகரப் பொழுதே துயில்ப் பொழுது.

துயிலை நேசிக்கவேண்டும். துயிலோடு தோழமை கொள்ளவேண்டும். துயிலின் தோள்களில் நாம் ஐம்புலன்களாலும் சாய்ந்துகொள்ள வேண்டும்.

அப்போதுதான் துயில் அமைதித் திருத்தலமாய் ஆகும்.

துயிலோடு துயிலாய் நாமே ஐக்கியமாகவேண்டும்.

இந்த முழுமைத் துயில்தான், ஏறத்தாழ சொர்க்கம்.

சரிவரத் துயிலாதவனின் விழிப்பு; அரை விழிப்பாகும்.

அது நமது உலகை அரைகுறையாய் உருளவைக்கும்.

அன்றாடம் நமது புத்தியும் புலன்களும் துயிலின் கருவறையில் இருந்தே புதிதாய்ப் பிறக்கின்றன.

துயில் அன்றாடம் நம்மைப் புதிதாய்ப் பிறப்பிக்கிறது.

அன்றான கோபத்தையும், வெறுப்பையும், பகைமையையும், போட்டி

பொறாமைகளையும் இன்ன பிறவற்றையும் துயில்தான் நம்மிலிருந்து நிதானமாய் நீக்குகிறது.

நாம் நமது நேற்றிலிருந்து நமது இன்றிற்கு இந்த துயிலின் வழியாகத்தான் வருகிறோம்.

நேற்றைய நம்மிடம் இருந்து, இன்றைய நம்மிடம் நம்மை, இந்தத் துயில்தான் கொண்டுவந்து சேர்க்கிறது.

நம்மை விழிக்க வைப்பது துயில்.

நம்மை புதிதாய்ப் பிறக்க வைப்பதும் துயில்.

நம்மை புத்துணர்வாய் இயங்க வைப்பதும் துயில்.

துயிலின் தாலாட்டைக் கேட்காவிடில், நமது விழிப்பு முழுதாய் இமை திறப்பதில்லை.

துயில் பொழுதில் துயிலாதவன் விழிப்பில் விழிப்போடிருத்தல் அரிது.

யுகாந்திரங்களின் துயிலில் இருந்தே இந்த பூமி இமை திறந்திருக்கிறது.

காலங்களின் துயிலில் இருந்தே பிரபஞ்சமும் இந்த பூமியும் பிறகோள்களும் பிறந்தன.

துயில் விழிப்பின் வாசல்; மரணத்தின் சின்னதொரு வழிபாட்டுச் சன்னதி; வாழ்வின் அனுசரணை.

காலம் நமது நேற்றைகளை துயிலுக்கு அனுப்புகிறது. அதனால்தான் நாம் நமது இன்றைகளை விழிப்பில் அடைந்திருக்கிறோம்.

உடலுக்கு மட்டுமல்ல; புலன்களுக்கும் துயில் முக்கியம்.

காதலோ காமமோ எல்லா நேரத்திலும் அவை விழித்துக்கொண்டிருந்தால் வாழ்க்கை
சிதிலமாகிவிடும்.

துயிலிலேயே இருக்கும் அவை, தேவைக்கான தருணங்களில் மட்டுமே விழிக்கவேண்டும்.

தண்ணீர் இருக்கும்போதெல்லாம் தாகம் விழித்துக்கொள்ளவேண்டும் என்ற அவசியம் இல்லை.

தாகம் விழிக்கவேண்டிய நேரத்தில் விழித்தெழுந்தால் போதும்.

தேவையான தருணங்கள் போக மற்ற நேரங்களில் பசி, துயிலிலேயே இருப்பதுதான் நல்லது.

சிந்தனையும் கூட எல்லா நேரத்திலும் விழித்திருந்தால் புத்திக்கு, புத்தி பேதலிப்பே உண்டாகும்.

வெய்யில் துயில் கொள்கிறது இரவில்.

இருள் துயில் கொள்கிறது பகலில்.

ஒளி துயில் கொள்கிறது இருளில்.

பத்துமாதக் கருவறைத் துயில்தான் நம்மை பூமிக்குக் கொண்டுவந்தது.

கருவறையிலும் நீடு துயில்.

கல்லறையிலும் நீடு துயில்.

துயிலில் இருந்து துயிலுக்குப் போகும் ஒருவழிப் பதையாகத்தான் இருக்கிறது வாழ்க்கை .

பிறப்பு இடை நிலை.

துயிலே நிரந்தரம்.

தேவையான போது மட்டும் நம் புலன்கள் விழித்திருக்கவேண்டும். பிற நேரங்களில் அவை துயிலில் இருப்பதே நல்லது.

காதலிலும் காமத்திலும் அறிவு துயில்கொள்ள வேண்டும்.

நட்பிலும் உறவிலும் கோபம் துயில்கொள்ள வேண்டும்.

அறிவோர் மத்தியில் முனைப்பு துயில்கொள்ள வேண்டும்.

அந்திமக் காலத்தில் ஆசைகள் துயில் கொள்ள வேண்டும்.

துயில்; விலக்கிவைக்க முடியாத ஏடன் கனி.

உணர்ந்தோர்க்கு துயில் ருசிக்கும்.

எனவே துயிலை உணர்ந்து ருசிப்போம்.

துயிலை விழிப்போடு வழிபடுவோம்.

விழிப்பின் கருவறை துயில்.

ஆகவே துயிலிலும் துயிலை ஆனந்தமாய்க் கொண்டாடுவோம்.

■ ■ ■

சுடரட்டும் சுயம்

உயிர் அல்லது புத்தியின் ராகங்களை, உடல் என்ற வீணை கொண்டுதான் மீட்ட முடியும்.

சுடரட்டும் சுயம்

உயிர் அல்லது புத்தியின் ராகங்களை, உடல் என்ற வீணை கொண்டுதான் மீட்ட முடியும்.

தன் வீட்டுத் திண்ணையில் வந்து உட்கார்ந்த அந்த நடுத்தர வயது மனிதரை, ஜன்னல் வழியே வியப்பாகப் பார்த்தான்.

ஆள் காவி கட்டியிருந்தாலும் கசங்காமல் கொள்ளாமல் சலவை செய்த உடையில் பளீரென இருந்தார். மழித்த முகம் மொழுமொழு வென்றிருந்தது. முகத்தில் உற்சாகம் தெரிந்தது.

அவன் தன்னை கவனிப்பதை அவரும் கவனிக்கத் தவறவில்லை.

திண்ணையில் இருந்தபடி, சாப்பாட்டுப் பொட்டலத்தை அழகாய்ப் பிரித்தவர், இன்னொரு பொட்டலத்தில் இருந்த இனிப்பை, எடுத்து இலையின் ஒரு பக்கம் வைத்துக்கொண்டார். அடுத்து தண்ணீர் பாட்டிலைத் திறந்து வைத்துக்கொண்டவர், வாங்கி வந்திருந்த மோர் பாக்கெட்டைப் பிரித்து, தனது சில்வர் குவளையில் ஊற்றி அருகே வைத்துக்கொண்டார்.

பின்னர் நிதானமாக நிம்மதியாக ரசித்து ருசித்து உணவுண்டார். சில கவளச்சோற்றைச் சப்புக்கொட்டி கண்மூடி ரசிக்கவும் செய்தார்.

சாம்பாரா? புளிக்குழம்பா? என்று கூட கவனிக்காமல், மனைவி தட்டில் போட்டுவைத்த சாப்பாட்டை சற்றுமுன் அவசர கதியில் தான் சாப்பிட்டதை அவன் நினைத்துக்கொண்டான்.

அந்தத் துறவியோ, அடுத்து, தன் பையில் வாங்கி வைத்திருந்த வாழைப் பழத்தை உரித்துச் சாப்பிட்டார்.

அடுத்து, சின்னப் பொட்டலம் பிரித்து, அதில் இருந்த கடலை மிட்டாயை ருசித்தார்.

பின்னர் திண்ணையைத் துடைத்து சுத்தம் செய்துவிட்டு, தன் பையிலிருந்த சிறிய அளவிலான நிலைக் கண்ணாடியை எடுத்தார். தன் முகத்தை வலம் இடமாகத் திருப்பித் தானே தன்னை ரசித்தார்.

இதையெல்லாம் பார்த்துக்கொண்டிருந்தவன், சட்டென்று,

கட்டிய கைலியோடு வெளியே வந்தான்.

அவரின் முகம் பார்த்தவன். அவரைப் பெரும் ஞானியாய் உணர்ந்தான். நெருங்கிச் சென்று கை கூப்பினான்

'என்னப்பா திகைக்கிறாய்? என்னை நானே ரசிப்பதைப் பார்த்துத்தானே நீ திகைத்துப் போயிருக்கிறாய்?' என்றார்.

அவன் 'ஆமாம்' எனத் தலையாட்டலாமா? என யோசித்தான்.

அவரோ புன்னகையோடு, ' நான் இப்படிதான். துறவியாக இருந்தாலும் நான் என்னைத் துறக்கவில்லை. மற்ற எல்லோரையும் விட, எனக்கு நான் மிக முக்கியமானவன். நான்தான் எனக்குச் சோறிடுகிறேன். நான்தான் என்னைக் காப்பாற்றிக்கொண்டிருக்கிறேன். ஆகவே நான்தான் எனக்கு முதற் கடவுள். அதனால் என்னை நான் பக்குவமாகப் பராமரிக்கிறேன்' என்றார் அழுத்தமான குரலில்.

அவன் முன்னிலும் பணிவோடு, அவரை மௌனமாகக் கவனித்தான்.

அவர் தொடர்ந்தார்... 'உன்னைப்போல் நான் என்னை வெற்றாய் செலவழிக்க மாட்டேன். என்னைப் பசியிலும் வறுமையிலும் நோயிலும் வைத்துக்கொண்டு, பிறருக்காகக் கவலைப்படமாட்டேன் '

என்றார் தீர்க்கமாக.

அவனுக்கு அவனது நோயும் நெருக்கடியும் நினைவுக்கு வந்தது. எனினும்...

'தன்னலம் கருதாது பிறர் நலம் கருதுவது தவறா?' என்றான் அவன்.

'பிறர் நலன் கருதுவதில் தவறில்லை. நீ தன்னலன் கருதாததுதான் தவறு. ஊரையும் உறவையும் மதித்த அளவிற்கு, நீ உன்னை மதிக்கவில்லை. உன்னை நீ ஒரு பொருட்டாகக் கூடக் கருதவில்லை. வயிறு பெருத்த உன் உருவத்தைப் பார். தாடி மண்டிய உன் முகத்தைப் பார். சீர்த்திருத்தாத உன் தலைக் கேசத்தைப் பார். அழுக்கடைந்த உன் ஆடைகளைப் பார். வீட்டு வாசலில் நைந்துபோய்க் கிடக்கும் உன் காலணிகளைப் பார். களைத்திருக்கும் உன் உடலைப் பார். முதலில் நீ உன்னைக் கவனி. உன்னை மதி. உன்னை உபசரி. உன்னைத் தொழு. உன்னைப் போற்று. உன்னை ஆராதி' என்றபடி அவன் முதுகில் ஓங்கி அடித்தார்.

விழித்துக் கொண்டான்.

கனவிலிருந்து விழித்துக்கொண்டான்.

வாழ்க்கையிலும் அந்த நொடியில் விழித்துக்கொண்டான்.

தன்னையும் தன் உடலையும் ஒரு கணம் எண்ணிப் பார்த்தான். வெட்கம் பெருகியது.

■

நமக்கு இயற்கை கொடுத்திருக்கும் மிகப்பெரிய வெகுமதி நம் உடல்.

இது ஈடு இணையில்லா வெகுமதி.

எத்தகைய விஞ்ஞானம் நம் கையில் இருந்தால்தான் என்ன?

இந்த உடலுக்கு ஈடாய் ஒரு உடலை செயற்கையாய்ச் செய்வது என்பது சாத்தியமற்றது.

கை கால்கள் மட்டுமல்ல. நம் குடலும் இதயமும் கல்லீரலும் இன்னபிற உறுப்புகளும் எவ்வளவு மதிப்புடையவை என்பது அவை நோயுறும் போதும் சீர்கெடும் போதும்தான் தெரியும்.

நம் ஒவ்வொரு உறுப்பும் விலைமதிப்பற்றது.

இதை எந்த அளவிற்கு அக்கறையோடு பராமரிக்கிறோம்.

நாம் பெற்றிருக்கும் உடல் வெறும் தசையும் எலும்பும் ரத்தமும் கொண்ட ஒரு பிண்டத் தொகுப்பு மட்டுமல்ல.

அதையும் தாண்டி உணர்வுகளையும் எண்ணங்களையும் அவரவருக்கான மதிப்பையும் கொண்டிருக்கும் உயிர்த்தொகுப்பு.

நாம் இயங்குவதற்கு உதவியாயிருப்பது நாம் தரித்திருக்கும் உடல்தான்.

அந்த உடல்தான் நமக்கான அடையாளத்தைத் தருகிறது.

அந்த உடல்கொண்டுதான் புத்தி வளர்த்தோம். குடும்பத்தின் மீது உறவு வளர்த்தோம். சமுதாயத்தில் நட்பு வளர்த்தோம்.

இந்த உடல்தான் தாய்க்குப் பிள்ளையையும் பிள்ளைக்குத் தாயையும் தருகிறது.

இந்த உடல்தான் தந்தைக்குத் தனயனையும் தனயனுக்குத் தந்தையையும் அடையாளம் காட்டுகிறது.

அக்காள், தங்கை, அண்ணன், தம்பி என நீளும் உறவுப் பகுப்புகளுக்கும் ஆதார சுருதி நமது உடல்கள் என்னும் தேகங்கள்தான்.

நாம் நம் உடலுடன் போகும் போதுதான் நமது அலுவலகத்தில் நாம் அதிகாரியாக ஊழியராக அடையாளம் பெறுகிறோம். இப்படி நாம் நாமாக இருக்கவும் இயங்கவும் மயங்கவும் துலங்கவும் விளங்கவும் காரண கர்த்தாவாக இருக்கும் நமது தேகத்தை, நாம் ஆராதனை செய்யவேண்டாமா?

நான் உயிர்ப்பாய் சுவாசிக்க உதவும் என் நாசியே, என் சுவாச கேந்திரங்களே உங்களுக்கு என் நன்றி என ஒரு பொழுதாவது நாம் நன்றி சொல்லியிருப்போமா?

இந்த அழகிய உலகையும் உலகின் அழகையும் தரிசிக்க உதவும் என் விழிகளே உங்களுக்கு என் வணக்கம் என்றுநாம் மதிப்பைக் காட்டியிருப்போமா?

என்னை செயல்படச் செய்யும் கைகளே என்னை நகரச்செய்யும் கால்களே உங்களுக்கு நன்றி என்றபடி நாம் நமது அருட் கைகளையும் திருவடிகளையும் மனதால் எண்ணித் துதிக்க வேண்டாமா?

நம்மையே உணராத நாம் பிறரை எப்படி உணர்வோம். நம்மையே மதிக்காத நாம் பிறரை எப்படி மதிப்போம்?

இசையின்பத்தை உணரவைக்கும் செவிகளையும் சுவையின்பத்தை உணரவைக்கும் நாவினையும் ஏனைய புலனின்பத்தை உணரவைக்கும் புலன்களையும் அக்கறையோடு நாம் ஆராதித்ததில்லை.

போராடும் போது மட்டும் கோரிக்கைகளை கவனிக்கும் அரசாங்கம் போல், தேகத்தின் பகுதிகள் நோயுற்று வலிதரும் போதுமட்டும், அவற்றை கவனித்து, கவலையுற்று மருத்துவர்களிடம் ஓடுகிறோம்.

உயிர் அல்லது புத்தியின் ராகங்களை, உடல் என்ற வீணை கொண்டுதான் மீட்ட முடியும்.

தேகம் என்ற வீணையின்றேல் உயிரும் புத்தியும் வீணே.

'உடம்பார் அழியின் உயிரார் அழிவார்'

புலன்களுக்கும் தேகத்துக்கும் நன்றி பாராட்ட நாம் விழா எடுக்கத் தேவையில்லை. அவற்றை அக்கறையோடு பராமரித்தாலே போதும்.

நம்மை நாமாக வைத்திருக்கும் நமது உறுப்புகளையும் உடலையும் நாம்

நேசித்தாலே போதும்.

நம்மையே பராமரிக்காத நாம், நம் குடும்பத்தையும் உறவுகளையும் எவ்வாறு பராமரிப்போம்?

நம்மை சரியாக வைத்திருக்காத நாம் எப்படி நம் குடும்பத்தையும் நம் தெருவையும் நம் ஊரையும் நம் நாட்டையும் சரியாக வைத்திருக்க முயல்வோம்?

நாம் நம்மீது வைக்கும் அக்கறைதான் நம் குடும்பத்தின் மீது விரியும். நாம் நம் குடும்பத்தின் மீது வைக்கும் அக்கறைதான் நம் தெருமீது விரியும். நாம் நம் தெருமீது வைக்கும் அக்கறைதான் நம் ஊர் மீது விரியும். அதுவே நம் நாட்டின் மீதான அக்கறையாய் மலரும்.

சுயநலத்தின் விரிவுதான் பொது நலம்.

சுயநலமே இல்லாதவரிடம் பொது நலனைக் காண்பது அரிது.

என்னையே சுத்தமாக வைத்துக்கொள்ளாத நான், எப்படி என் அறையையும் என் வீட்டையும் சுத்தமாக வைத்துக் கொள்வேன்?

நாம் நம்மையும் நமது உடலையும் உடலின் உறுப்புகளையும் உபசரிக்க நினையாதிருப்பின் வேறு யாரை உபசரிக்க முன்வருவோம்?

எனவே சுய நலனை முதலில் போற்றப் பழகவேண்டும்.

நம்மை நாம் ஆராதிக்கத் துணிய வேண்டும்.

நாம் பொதுநல வாதியாய் இருக்க வேண்டும் என நினைப்பது கூட ஒரு வகையில் சுயநலம்தான்.

நம் பள்ளங்களை நிரப்பாத நாம், பிறர் பள்ளங்களை எப்படி நிரப்ப இயலும்?

எனவே முதலில் சுயத்தை ஆராதிப்போம்.

சுய நலம் பேணுவோம்.

சுய நலமின்றேல் பொது நலமில்லை.

நாம் நம்மை உபசரிப்போம்.

நம்மை நாமே முத்தமிட்டு ஆனந்தமாய் ஆராதிப்போம்.

■ ■ ■

ஆரூர் தமிழ்நாடன்

கோபத்தை நெறிசெய்!

அப்பழுக்கற்ற கோபம் ஒருவகை வரம்.
அது நமக்கு பாதுகாப்பு அரணை அமைத்துத்தரும்.
பூப்போன்றவர்களுக்கும் முள்வேலி அமைக்கும்.

கோபத்தை நெறிசெய்!

அப்பழுக்கற்ற கோபம் ஒருவகை வரம்.
அது நமக்கு பாதுகாப்பு அரணை அமைத்துத்தரும்.
பூப்போன்றவர்களுக்கும் முள்வேலி அமைக்கும்.

இரவு நேரம்.

ஊர் அடங்கியிருந்தது.

அந்தத் திண்ணையில் தூணில் சாய்ந்தவாறு அந்த முதியவர் அமர்ந்திருந்தார். அவர் உலக ஞானம் மிகுந்தவர்.

அன்பு, கருணை, அகிம்சை என்றேல்லாம் அவர் நிறையப் பேசுவார். அவர் பேச்சு புலியையும் பூனை ஆக்கிவிடும்.

அவன், அவர் எதிரே அமர்ந்திருந்தான். அங்கே அடர்ந்த மௌனம் இசையாய்ப் பரவியிருந்தது.

மௌனத்தின் சப்தங்களில் அவனும் அவரோடு கிறங்கிக் கிடந்தான்.

குளிர் ததும்பும் காற்றும் மிதமான வெளிச்சமும் சூழலுக்கு சுகச் சுருதி சேர்த்தன.

இயற்கையோடு இயற்கையாய் தன்னிலை மறந்து, தன் ஆழங்களில் கரைந்துகொண்டிருந்த அந்தப் பெரியவர், திடுக்கிட்டு விழித்தார்.

காரணம், எங்கிருந்தோ ஓடிவந்த அந்த நன்றிப் பிராணி, கொடூரமாய்க் குரைத்தபடியே அவரை நோக்கி ஓடி வந்தது.

அதன் ஈரமற்ற குரைப்பொலிதான், அவரை அவருக்குள் இருந்து வெளியே தூக்கி வீசியிருந்தது.

அவரின் மனதிலிருந்து திடீரென வெடித்த கோபம், அந்தப் பிராணியின் மீது கல் வீசியது.

அப்போது அவர் முகமெங்கும் தீ!

தீவிரத் தீ!

அவரது கோபம், அவனைத் திகைப்பில் ஆழ்த்தியது.

"அய்யா, எப்போதும் சாந்தத்தையே சந்தனமாய்த் தரித்திருக்கும் தாங்கள், ரௌத்திரம் கொண்டது எங்ஙனம்?' என்றான் மெல்லிய மிரட்சியோடு.

அவர் இமை நொடிப் பொழுதிற்குள் குளிர்ந்தார்.

ஈரப் புன்னகையைக் கசியவிட்டபடியே...

'சாந்தம் ஏறத்தாழ சவநிலை. ரௌத்திரமோ உயிர்த்திருப்பதன் அடையாளம். எல்லா நிலையிலும் சவநிலை சாத்தியமாகாது.

நமது உயிர்ப்பு அவ்வப்போது கோபமாய்த்தான் வெடித்து வெளிக்கிளம்புகிறது. தேவையான பொழுதில் ரௌத்திரம் கொள்ளாதார் சவத்துக்கு சமானம். நம்மைச் சவமென்று எண்ணி மிதிக்கும் கால்களுக்கு மட்டும், நாம் இன்னும் உயிர்ப்பான மனிதன்தான் என்று காட்டினால் போதும்.

இப்படிச் சொல்வதால் சாந்தநிலையான சவநிலை தாழ்வன்று. சவநிலையும் நீங்கள் கற்பித்து வைத்திருக்கும் சிவநிலையும் ஒன்று. அது இதமான நிலை. அதை எல்லா நேரத்திலும் நாம் எய்தலாம்.

ஆகாவே தேவையான போதெல்லாம் ரௌத்திரத்தைப் போற்றலாம்.

கோபத்தைக் கொண்டாடலாம்.

மூர்க்கத்தை முத்தமிட்டு வாழ்த்தலாம்.

கோபம் ஒருவகையில் வீறுமிக்க இசை" என்றபடி எழுந்து நடந்தார்.

இந்த உலகப்பந்தே அண்டத்தின் கோபமான வெடிப்பிலிருந்து பிறந்ததுதான்.

இயற்கையின் ஆதிக்கோபம் இயற்கையின் விதிகளுக்குக் கட்டுண்டு கண கச்சிதமாய் வெடித்ததில்தான், பிரபஞ்ச வெளியும் கோள்களும் நட்சத்திரச் சிதறல்களும் ஏனையவும் தோன்றின.

பிரபஞ்சத்தின் ஆதிக் கருப்பையில் கோபமும் சூல் கொண்டிருந்தது.

எதிர்ப்பு நிலையில் மட்டுமே கோபம் வெளிப்படுவதில்லை.

கோபம் என்பது மூர்க்கமாகவும் வேகமாகவும் அன்பின் ஆவேசமாகவும் உணர்ச்சிப் பெருக்காகவும் கட்டறுத்துப் பாயும்.

உணர்ச்சிப் பெருக்கிலும் அன்புப் பெருக்கிலும் ஆவேசத்தைத்

தரிசிக்கமுடியும்.

குழந்தைகளைக் கிள்ளிக் கொஞ்சுதலில் அதைப் பார்க்கலாம்.

அன்பாய்த் தொடங்கி ஆசையாய்க் கிளர்ந்து அனலாய் எழுந்து மூர்க்கமாய் வெடிக்கும் காதலில் இருந்துதான் மனிதர்கள் பிறந்தபடியே இருக்கிறார்கள்.

ஆசையின் உச்சம் மூர்க்கமாய்த்தான் நிறம் மாறும்.

இறந்தவருக்காக சிலர் உருண்டு புரள்வதும் அவரைத் தட்டியும் அடித்தும் மோதியும் மாரடித்துக் கொள்வதும் அன்பின் மூர்க்கமாகும்.

கோபம், ஒருவகையில் அக்கறையின் வெளிப்பாடு.

எனவேதான் தாயின் நேசமும் தந்தையின் பாசமும் பலநேரம் குந்தைகளின் மீது கோபமாய்க் கசிகிறது. இவ்வகைக் கோபம் நேசக் கோபம்.

பாசப் பரிதவிப்பால் பரிணமிக்கும் பயனுறு கோபம்.

நேச ஈரம் கசியும் கோப நெருப்பு, சுட்டெரிக்காது; வார்த்தெடுக்கும்.

நம்மை நேர்த்தியாய் வார்த்தெடுப்பது கோபம்தான்.

பெற்றோர் மற்றும் நமது ஆசிரியர்களின் கோபத்தின் மீதான பயம்தான், நம்மை அக்கறையாய் வழிநடத்தி வந்திருக்கிறது.

கோபம் வெய்யில். பயம் குடை.

பிறரின் கோப வெய்யிலில் நனைந்துவிடலாகாதே என்றுதான் பண்பட்ட பலரும் பயக்குடையோடு நடக்கிறார்கள்.

அஞ்சுவதற்கு அஞ்சி அறிவுடையாராய்த் திகழ்கிறார்கள்.

கோபம் நம் ஒவ்வொருவரிடமும் இருக்கும் தற்காப்பு ஆயுதம்.

பிறரின் இந்த ஆயுதம் தன்மீது படாதபடி இயங்குவதுதான் சாலச்சிறந்த அறவாழ்க்கை.

இந்த பயக் குடையைப் பிடிக்கத் தெரியாதவர்களை எங்கிருந்தாலும் தேடிச்சென்று தாக்கும் வினோத வெய்யில்தான் கோபம்.

பயமில்லாமல், மனம்போன போக்கில் மூர்க்கத்தை மட்டும் காட்டுகிறவன், பாதாளக் குகையில் பதுங்கினாலும் பயனில்லை. அவனுக்குப் பாதுகாப்பு தொடராது.

சட்டத்தின் கோபமோ தர்மத்தின் கோபமோ அவனை துரத்திச் சென்று சுட்டெரிக்கும்.

கோபம் இருவேறு துருவங்களின் விசித்திரக் கலவை.

அது நல்லோர்க்குத் தற்காப்பு; பொல்லார்க்குத் தற்கொலைக் கருவி.

கோபம் ஒருவகையில் அதிருப்தியின் மொழி!

நமது புலன்கள் எது ஒன்றில் ஒத்திசைவைக் காணவில்லையோ அப்போது அவை கோப மொழியைக் கையிலெடுக்கின்றன.

நாமே நமது புலன்களை புறக்கணித்தாலும் அவை நம்மிடமும் அதே மொழியில்தான் பேசும்.

நாம் உடல்நலத்துக்குக் கேடானவற்றையே தேடிக்கொண்டிருந்தால், நமது ஒவ்வொரு புலனும் நமக்கு எதிரானப் போரைத் தொடங்கிவிடும்.

கடும்கோபம், நமது அதிருப்தி எழுதும் அதிசயக் கவிதை. இதை எதிரிகளால் மட்டும்தான் முழுதாய் வாசிக்க முடியும். நமக்கு நெருக்கமானவர்களிடம் இந்தக் கவிதை தனது பொருளை இழந்துவிடும்.

இந்தக் கோபம் ஒருவகையில் வெற்றிக்கு வித்து.

இன்னும் இப்படியே இருக்கிறோமே என்கிற சுயகோபம் பலரை வெற்றி வீதியில் விரைந்து நடக்க வைத்திருக்கிறது.

எனினும் கோபம் நம்மை எப்போதும் கையிலெடுக்க அனுமதிக்கலாகாது. அதை நாம்தான் கையிலெடுக்க வேண்டும்.

ஏனெனில் அது ஒருவகையில் எதற்கும் அடங்கா விலங்கு. அதை நாம் நமது கட்டுபாட்டிற்குள்தான் கட்டிவைத்திருக்கவேண்டும்.

அது வெளியே கட்டறுத்தால் உள்ளேதான் பாதிப்பு.

உளி பாறைமீது தன் மூர்க்கத்தை அழகாக செலவிட்டு சிலையை சிருஷ்டிப்பது போல், நாம் நமது கோபத்தைக் கூட வசீகரமாகத்தான் செலவழிக்கவேண்டும்.

அதுதான் நமது உலகத்தை சௌந்தர்யப் பிரதேசமாகவே வைத்திருக்கும்.

நமது கோபத்தை வசீகரமாக எப்படி செலவிடுவது? மிருதங்கம் கற்ற விரல்களிடம் அதைக் நாம் கற்றுக்கொள்ளலாம். அந்த விரல்களின்

மெல்லிய மூர்க்கம் காதுகளை எல்லாம் மயங்க வைத்துவிடுகிறது.

தவறிய வார்த்தைகளைத் திருத்தி எழுதுவதுபோல் நமது கோப எழுதுகோலால். சமூத்தைத் திருத்துவது சாத்தியத்திலும் சாத்தியம்.

நமது கோபத்தின் மீது வன்மம் எனும் விஷம் மட்டும் கலந்துவிடலாகாது. அது சுயத்தையும் சேதாரமாக்கலாம்.

அப்பழுக்கற்ற கோபம் ஒருவகை வரம்.

அது நமக்கு பாதுகாப்பு அரணை அமைத்துத்தரும். பூப்போன்றவர்களுக்கும் முள்வேலி அமைக்கும்.

தாவரங்கள் சில பூவென்ற புன்னகையோடும் முள் என்ற மூர்க்கத்தோடும் இயைந்து வாழ்ந்து தழைப்பது போல், நாம் தழைக்கவேண்டும்.

உயிரினங்கள் அனைத்திற்கும் கோபத்தையும் கொடையாக் கொடுத்திருக்கிறது வள்ளன்மைக் கரம்கொண்ட இயற்கை.

பாதுகாப்பின்மையை உணரும் விலங்கினம் தாக்குதல் மூலம் தன் ரௌத்திரத்தை பிரயோகிக்கிறது.

மரங்களை மனிதன் அழித்தால் அது மழையை நிறுத்தித் கோபத்தைக் காட்டமுயல்கிறது.

தன் வளங்களை அழிக்கும் மனிதன் மீதான கோபத்தை, ஊழிப் பேரலைகளால் கடல் சினக்கிறது.

மலையைப் பிளந்தும் பூமியைக் குடைந்தும் கனிமங்களைச் சுரண்டியும் தன்னை வதைக்கும் மனிதன் மீதான எரிச்சலை, தனது பூகம்பத் தாண்டவத்தின் மூலம் வெளியே கொட்டுகிறது இந்த மண்திணிந்த உலகம்.

கோபம்தான் பாதிக்கப்பட்ட தரப்பின் வாளும் கேடயமும். எனவேதான் எல்லோரது வாழ்க்கைப் போர்க் களத்திலும் அவை பிரதானமாய்ப் பிரயோகம் ஆகிறது.

ஊடலில் தோற்றாரே வென்றார் என்ற காதல் நெருக்கத்தின் இதமான வெப்ப மூச்சாக இருப்பதும், மென்கோபம் என்ற ஊடல்தான்.

கோபம், நமக்குள்ளேயே நாம் கொண்டாட வேண்டிய காரசாரத் திருவிழா.

அதை நிதானித்து எங்கே எவரிடம் எந்த அளவிற்கு வெளிப்படுத்துவது என்று நன்குணர்ந்து நேர்த்தியாக நாம் வெளிப்படுத்த வேண்டும். அப்போதுதான் நாம் முழுமையான நாமாகிறோம்.

எனவேதான் 'ரௌத்திரம் பழகு' என்று முறையாய் கோபத்தைப் பழகச் சொல்கிறான் அந்த கவிஞானி.

எனவே ரௌத்திரத்தைப் பயில்வோம்.

ரௌத்தின் சன்னதியில் ஆராதனை செய்வோம்.

ரௌத்திரத்திற்கு விழா எடுப்போம்.

ரௌத்தைத் கொண்டாடுவோம்.

■ ■ ■

அறியாமையின் நிம்மதி!

நமது ஆதி உலகம் அறியாமையால் நிறைந்திருந்தது.

நமது எல்லாமும் அறியாமையில் இருந்தே தொடங்கியது.

அறியாமையின் நிம்மதி!

நமது ஆதி உலகம் அறியாமையால் நிறைந்திருந்தது.

நமது எல்லாமும் அறியாமையில் இருந்தே தொடங்கியது.

அறியாமை என்னும் கருவறையில் இருந்தே புத்தி இமை திறந்தது.

பிரபஞ்சமாயினும் உலகமாயினும் உயிர்களாயினும் வாழ்க்கையாயினும் அறியாமையில் இருந்தே முளைத்தவை.

ஒரு வகையில் அறியாமை என்பது அழகிய புதிர்.

முழுதாய் அவிழ்க்க முடியாத ஆனந்தப் புதிர். அதுதான் எல்லாவற்றையும் தனது சுகமான இருளில் பொத்திவைத்திருந்தது.

காலவெளியின் இந்த கோடானு கோடி வருடங்களில், அறியாமை விடுவித்தவை கொஞ்சம்தான். அதன் கருவூலத்தில் இருப்பவை எவ்வளவோ. அறியாமை உலகம் ஏராளமான கதவுகளைக் கொண்டது. அதன் கதவுகளை அறிவு அன்றாடம் திறந்துகொண்டே இருக்கிறது. எனினும் திறக்கத் திறக்கப் புதிது புதிதாய்க் கதவுகள் அங்கே முளைத்தபடியே இருக்கின்றன.

அறியாமை இருளில் இருந்தே அறிவு வெளிச்சம் பிறந்தது.

அறியாமை ஒருவகையில் நம்மைச் சூழ்ந்திருக்கும் சுகமான இருள்.

அது சஞ்சலங்களில் இருந்து புத்தியைப் பொத்திவைக்கிறது.

தகவல்களின் நெரிசலில் சிக்காதவாறு மூளையை அதுவே பாதுகாக்கிறது. வாழ்வின் துக்கத்துக்கும் மகிழ்ச்சிக்கும் அது குடை பிடிக்கிறது. ஒரு ஞானியின் மனநிலையை அறியாமை அருள்கிறது.

ஞானிகள், தங்களைச் சுற்றி ஒருவித அறியாமையை வளர்த்துக் கொள்கிறார்கள். உறவுகள் வேண்டாம். உடமைகள் வேண்டாம். உணர்வுககள் வேண்டாம் என குழந்தைத் தனத்தைத் தேடித்தேடி அடைகிறார்கள். வாழ்வில் அறிந்துவைத்திருந்த ஆசாபாசங்களில் இருந்து விடுபட்டும் விஞ்ஞான வெளிச்சத்திலிருந்து விடுபட்டும் சிலவற்றை அறியும் வேட்கையோடு ஒருவித அறியாமைக்குள் தஞ் சமடைகிறார்கள்.

தான் அறிந்த எல்லாவற்றிலிருந்தும் விலகி அறியாமை உலகிற்குள் தங்களைப் பத்திரப்படுத்திக்கொள்கிறார்கள் ஞானிகள்.

எல்லாம் அறிந்தபின் அறியாமையில் மூழ்குவது சுகத்திலும் சுகமானது.

அறியாமை இருள் பாதுகாப்பானது.

அறியாமை நம் சுயத்தைக் கெடுப்பதில்லை. நம்மைக் களங்கமற்ற பாலாய் அது பத்திரப்படுத்துகிறது.

அறியாமை இருள் விலக விலக புத்தி விழித்துக்கொள்கிறது.

புத்தி விழிக்க விழிக்க, அகங்காரம், கோபம், வஞ்சம், பொறாமை என சகல தீய குணங்களும் விழித்துக்கொள்கின்றன.

புத்தி, மேன்மைக்கு மட்டுமே வாசலல்ல; கீழ்மைக்கும் அதுவே வாசல்.

உலகம் நகர்வதற்கு சக்கரங்களையும் வாகனங்களையும் விமானங்களையும் கண்டுபிடித்த புத்திதான், மனிதனை மனிதனே அழிக்க துப்பாக்கிகளைக் கண்டுபிடித்தது. உயிரியல் ஆயுதங்கள்வரை கண்டுபிடிக்கிறது. மனிதனுக்கு அது இன்னும் என்னென்ன ஆயுதங்களைத் தரப்போகிறதோ?

புத்திதான் உலக அழிவுக்கான ஏவுகணைகளையும் அணுகுண்டுகளையும் கண்டுபிடித்தது.

கணிணியைக் கண்டுபிடித்த புத்திதான் அதைக் கெடுக்கும் வைரஸ்களையும் கண்டுபிடிக்கிறது.

இது புத்திக்கு இருக்கும் புத்திகெட்டத்தனம்.

அறிவில் இருக்கும் ஆபத்து அறியாமையில் இல்லை.

அதற்காகவே அதை வணங்கவேண்டும்.

புத்தி, மெய்மறக்கும் போது ஆனந்தமயமான நிலைக்குப் போகிறது மனம். அப்போது அறிவு, அறியாமைக்குள் கண்ணுறங்க ஆரம்பிக்கும்.

காதலில் மூழ்கித் திளைக்கும் போது, அதர எச்சிலில் கிருமிகள் இருக்கலாம் என்பது புத்திக்கு மறந்து போய்விடுகிறது.

வியர்வை என்பது உடலின் கழிவு என்பது மறந்துபோய்விடுகிறது.

கட்டிலில் புத்தி மறந்துபோகிறது.

ஒரு மருத்துவன், தன் மனைவியை, தன் மருத்துவ புத்தியோடு, வெறும்

உடலமாக மட்டுமே பார்த்தால், அவனுக்குள் எங்ஙனம் காதல் அரும்பும்?

ஆசை நேரத்தில் மருத்துவ புத்தியை அவன் மூட்டை கட்டி வைத்துவிடுகிறான். அறிவார்ந்த உலகத்திலிருந்து அறியாமையின் கைகளுக்குத் தற்காலிகமாக வந்துசேர்கிறான்.

அன்புமயமாய் மனவியைத் தழுவும் அவனுக்கு, அவளது தசையோ எலும்போ ரத்தமோ நரம்போ ஈரலோ குடலோ நினைவுக்கு வருவதில்லை.

காதல் கிறுகிறுப்பு ஏற்படுத்தும் அறியாமை, அவனுக்கு அவளை மலர்ப் பொதியாக்குகிறது. ஆசையோடு கைகளில் அவளை அள்ளியெடுக்கிறான். புத்தி கிறங்கிய அவனுக்கு அவள் நறுமணக் காடாகிறாள். மேனியெங்கும் முகர்ந்து திரிகிறான். இதுவும் ஒருவித ஞானநிலை. எல்லாவற்றையும் மறக்கும் யோகநிலை.

குழந்தையை வாஞ்சையோடு முத்தமிடுகிறபோது அதன் கன்னத்து அழுக்கு புத்திக்குத் தெரிவதில்லை. அதன் சிறுகை அளாவிய கூழ் கசப்பதில்லை.

புத்தி சரணாகதி அடைகிற இடம் காதல். அது வனிதை மீதாகட்டும் குழந்தை மீதாகட்டும் அன்னை தந்தை மீதாகட்டும். இங்கெல்லாம் புத்தி நாகரீகம் பார்ப்பதில்லை. சுத்தம் பார்ப்பதில்லை. கௌரவம் பார்ப்பதில்லை. அறியாமை எந்தத் திரையுமின்றி நம்மை முழுதாய் வெளிப்படுத்துகிறது. வேசமின்றி அப்பட்டமாய் வெளிப்படுத்துகிறது. அதைத்தான் காதல் எதிர்பார்க்கிறது. அதைத்தான் காதல் கொடுக்கிறது.

காதல், நம்மை அறியாமை உலகத்தில் குழந்தைகளாக்கிவிடுகிறது. குதூகலம் நிறைகிறது. ஆனந்தக் கடலில் மிதக்கவிடுகிறது.

ஆக, இவ்வாறு நாம் அடிக்கடி புத்தி மறந்து அடைகிற அறியாமை ஆனந்தமானது. அதனால்தான் அறியாமை மீது கொண்ட காதலால் 'முட்டாளாய் இருக்கவே முயன்று வருகிறேன்' என்றார் உவமைக் கவிஞர் சுரதா.

ஆசை துறத்தல் சுகம்.

அறிவு துறத்தலும் ஒருவித சுகம்தான்.

காதலின் போதும் பக்தியின் போதும் அறிவைத் துறந்துவிட்டு சரணாகதி அடைகிறது மனம்.

அறிவு சஞ்சலம் தருகிறது. கேள்வி கேட்கிறது. பதில் சொல்கிறது. குழப்பம் விளைவிக்கிறது. நடத்துகிறது. கிடத்துகிறது. உயர்த்துகிறது. தாழ்த்துகிறது. பொன்பொருள் தேடுகிறது. புகழுக்கு அலைகிறது. மோக வசப்படுகிறது. பழி சுமக்கிறது. கோபம் தருகிறது. துக்கம் தருகிறது. ஆசை வளர்க்கிறது. பயம்கொள்கிறது. கௌரவம் பார்க்கிறது. வஞ்சம் செய்கிறது. பொறாமை கொள்கிறது. வெட்கம் இழக்கிறது.

அறிவு எதையும் செய்யும். எதையும் தரும்.

அறியாமை ஆனந்தத்தை மட்டுமே தருகிறது.

அறியாமை, நம்மை ஆனந்தமயமாய்த் தாலாட்டும் தாய்மடி.

அந்த தாய்மடியில் வாய்ப்பு கிடைக்கும் போதெல்லாம் உறங்குவோம்.

■ ■ ■

முதுமைக்கு முடி சூட்டுவோம்.!

நம் வாழ்வின் வண்ணங்கள், காலத் தூரிகையின் கைவண்ணத்தால் அடர்ந்து அழகு பெறுவது நம் முதுமையில்தான்

முதுமைக்கு முடி சூட்டுவோம்.!

நம் வாழ்வின் வண்ணங்கள், காலத் தூரிகையின் கைவண்ணத்தால் அடர்ந்து அழகு பெறுவது நம் முதுமையில்தான்.

காலம் நம் நாட்களை மேய்கிறது. அது மேய மேய நம் ஆயுளின் உயரம் அதிகமாகிறது. இது அழகிய முரண் இல்லையா?

எல்லாவற்றையும் கடந்து யுகங்களின் அந்தியை நோக்கிப் போய்க்கொண்டே இருக்கிறது காலநதி.

காலத்துக்கும் ஏதோ ஓர் அந்தி எங்கேயோ இருக்கவேண்டும். அதனால்தான் காலம் நகர்கிறது. காலத்துக்கான இறுதியில் சுவரொன்று இருக்குமானால், காலம் நகராது.

காலத்தின் திறந்தவெளிச் சாலை, எல்லையற்ற பெருவெளியாக இருப்பதால் அது விசாலமாக நகர்கிறது.

நகர்வது தெரியாமல் காலம் நகர்ந்து கொண்டே இருக்கிறது.

எல்லாவற்றின் மீதுமாய் அது நகர்கிறது. அண்டம் தொடங்கி நம் அணுக்கள் வரை அது ஊடாடி ஊர்ந்து செல்கிறது.

பூமியின் மீதும் பூமியின் ஊடாகவும் காலம் நகர்கிறது. உலகில் இருக்கும் மலைகளின் மீதும் கடல்களின் மீதும் வனங்களின் மீதும் சமவெளிகளின் மீதும் கூடக் காலம் நகர்கிறது. பள்ளத்தாக்குகளின் வழியாகவும் நதிகளின் வழியாகவும் நதிசார் கூழாங்கற்கள், மணற் துகள்கள் என எதையும் விட்டுவைக்காமல் எல்லாவற்றின் வழியாகவும் அது நகர்கிறது. தாவரங்கள் வழியாகவும் ஏனைய உயிரினங்கள் வழியாகவும் உலகின் சகலத்தின் வழியாகவும் அவற்றின் ஊடாகவும் காலப்பெருநதி கம்பீரமாய் நகர்கிறது.

காலநதி இரவென்றும் பகலென்றும் திருப்பெயரைச் சூட்டிக்கொண்டு ஒளியும் இருளுமாகப் பூமியில் கரைபுரள்கிறது.

காலநதியின் வண்டல், வயது, ஆயுள், பழமை, தொன்மை என எல்லாவற்றின் மீதும் பலவகையாகப் படிந்துகொண்டே இருக்கிறது.

காலம்தான் எல்லாவற்றையும் பழசாக்குகிறது.

இங்கே தோன்றியவற்றையும் தோன்றாமல் இயற்கையாய் இருப்பவற்றையும் காலம் பழசாக்கிக்கொண்டே இருக்கிறது.

காலமே பழசுதான்.

முன்நொடிக்கு இந்நொடி பழசு.

ஒவ்வொன்றும் பழசாக்கப்படும் காலதூரமே தொன்மை. பழைமை.

அந்த மலை 30 ஆயிரம் கோடி ஆண்டுகள் பழமையானது. அந்த இனம் 20 ஆயிரம் ஆண்டு பழமையானது. அந்த மொழி 10 ஆயிரமாண்டு பழமையானது. அந்தக் கல்வெட்டு 2,500 ஆண்டு காலம் பழமையானது. அந்த இலக்கியம் 2 ஆயிரம் ஆண்டுகாலம் பழமையானது. அந்தக் கோயில் 1,200 ஆண்டு பழமையானது– என்றெல்லாம் நாம் வியக்கும் பழமை என்பது அவற்றின் மீது காலம் நடந்திருக்கும் தூரமேயாகும்.

தொன்மையான மலையும் -தொன்மையான இடங்களும் – தொன்மையான இனமும்– தொன்மையான மொழியும் – தொன்மையான கோட்டையும்– தொன்மையான கோயிலும்– தொன்மையான வீடும், தொன்மையான பொருட்களும், பழசானதை வைத்தே வியப்பையும் மதிப்பையும் பெறுகின்றன. இவை எல்லாமும் காலத்தால் முதுமை ஆக்கப்பட்டவையே.

சொல்லப்போனால் இவை காலத்தால் முதிர வைக்கப்பட்டவை.

எல்லாவற்றிலும் இந்த முதுமையையும் முதிர்ச்சியையும் கொண்டாடுகிற மனிதர்கள், தங்கள் முதுமையையும் முதிர்ச்சியையும் கண்டு கவலையுறுகிறார்களே... இது பேதைமையல்லவா?

முதுமை என்பது மனிதன் அடையும் தொன்மை. மனிதனின் உள் உறுப்புகள் அடையும் புராதனம். நம் எண்ணங்கள் அடையும் முதிர்ச்சி. நம் திசுக்கள் எதிர்கொள்ளும் பழமை. நம் புலன்கள் சந்திக்கும் புராதனச் சிதிலம்.

அதனால்தான் முதுமையில் நாம், நம் நினைவுகள் பலவற்றையும் மனதிலிருந்து அகழ்வாய்வு செய்து தேட வேண்டியிருக்கிறது.

முதுமை மதிப்பானது. பக்குவமானது. அனுபவ நிறைவைக் கொண்டது. கடந்து வந்த தூரங்களின் பொன் வண்டலைத் தன் ஒவ்வோர் அணுவிலும் படிய வைத்துக்கொண்டிருக்கும் மேன்மையைக் கொண்டது.

எனவே முதுமையின் மதிப்புணர்ந்து அதை நாம் ஆராதிக்கவேண்டும்.

நம்மை நோக்கி வரும் முதுமையை மகிழ்வோடு வரவேற்கவும்.. அதை நம் சகலத்தாலும் ஏந்தியபடியே கொண்டாடவும்... நாம் தயாராகவேண்டும்.

முதுமை வந்துவிட்டால் அதன் கனிவையும் பக்குவத்தையும் முதலில் நமக்கு நாமே சுவைக்கவேண்டும். அதையே நாம் பிறர்க்கும் வழங்க வேண்டும்.

முதுமை என்பது பக்குவப்பட்டுக் கனிந்த நிலை. நாம் மனதாலும் உடலாலும் செயலாலும் பக்குவப்பட்டுக் கனியும் நிலை. மரங்கள் கூட முதிர முதிரத்தான் வைரம் பாய்ந்த மரமெனும் பெயர் தாங்கிச் சிறக்கிறது. ஆக மரத்திலும் முது மரமே முக்கியத்துவத்தை எட்டிப் பிடிக்கிறது.

மனிதனும் அவ்வாறே. மூத்தோர், சான்றோர், பெரியோர் எனச் சமூகம் நம் முதுமைக்கே முதல் வணக்கம் செய்கிறது.

நாம் என்பது உடலா? மனமா?

மனமே நாம்.

ஆன்மா, மனம், உயிர், ஜீவன் என்று விதவிதப் பெயர்கள் சூட்டப்பட்டிருக்கும் மனமே நாம்.

உடல் நம் மனதின் வாகனம்.

ஆன்மா, உடல் எனும் சுரங்கப் பாதை வழியே தன் வாழ்க்கைப் பயணத்தை நடத்துகிறது.

நாம், நம் ஆன்மாவெனும் வடிவுகொண்டு கருவில் நுழைந்து சிசு, மழலை, பால்யம் எனும் சுரங்க வழியாகவே இளமை கடந்து முதுமையை எட்டிப் பிடிக்கிறோம்.

முதுமைப் பருவம் என்பது விசால உலகம். அது நம்மையும் நம் எண்ணங்களையும் விசாலமாக்கும் வசீகர உலகம். அது ஒரு புனித நிலை.

■

கருவில் இருக்கும் போதும் சிசுவாகி வெளியே வரும் போதும் நாம் வெறும் களிமண்.

காலம்தான், நம்மை நொடிதோறும் உருட்டிப் பிசைந்து ஆண், பெண் பொம்மைகளாக நம்மை வடிவமைத்துக் கொண்டே இருக்கிறது.

நாட்களை அனுபவங்களோடு சேர்த்துப் பிசைந்து, அந்தந்தக் காலக்கட்டத்தின் பருவத்திற்கான வண்ணத்தையும் சேர்ந்தே அது வனைகிறது.

காலம் தன்னையே கலந்து கலந்து மெல்ல மெல்ல நம்மை முதிய மண் பாண்டமாய் ஆக்குகிறது.

நாம் முதுமை எனும் பக்குவம்பெற்ற மண்பாண்டமான பின் நம்மிடம் சிறந்த நாதம் வந்து உறைந்துவிடுகிறது. வாழ்வின் விரல்கள் வாசிக்கும் போது, நாம் கடமாகி லயமான இசையாய்த் ததும்புகிறோம்.

பக்குவப்படாத பானைகள் கடமாக முடியாது.

ஆனால் ஒன்று, இந்த முதுமை எனும் ஞானவெளியை அடைவதற்குள் போதும் போதும் என்றாகிவிடுகிறது.

நாம், பால்யம், இளமை, நடுமை என பல்வேறு பருவங்களின் வழியே காலத்தால் முதுமையை நோக்கியே அழைத்துச் செல்லப்படுகிறோம். வழி நெடுக, உயிரைப் பொத்தலாக்கும் கல்லும் முள்ளும் விரவிக்கிடக்கின்றன. கணம் தோறும் கண்ணிவெடி மீது நடந்துகொண்டிருக்கிறோம்.

முதுமைவரை பாதுகாப்பாக வந்துசேரவே நாம் படாத பாடு படவேண்டியிருக்கிறது. அது ஏழு கடல், ஏழு மலை தாண்டி அடையக் கூடிய பயணம். இளமைச் சலனங்கள், இல்லற அனுபவங்கள், அலுவல் போராட்டங்கள், நோயுடன் மல்லுக்கட்டுதல், நட்போடும் உறவோடும் நெடுக நிகழும் ஆரோகன அவரோகன ஆலாபனைகள் எனச் சகலமும் தாண்டி வாழ்வை எதிர்கொண்டு அடைய வேண்டிய பக்குவமான உலகமாக முதுமை இருக்கிறது.

முதுமை நம்மை முழுதாகப் பழுக்கவைக்கிறது. உடல் மட்டுமல்ல உள்ளம் கனிகிறது. செயல் கனிகிறது. வாழ்வின் மீதும் மனிதர்களின் மீதும் அன்பு கனிகிறது.

முதுமை என்பது சாபமல்ல; வரம்.

காய் கனியாவது சாபமா? வரம்தானே!

காயின் கசப்பும் புளிப்பும், இனிப்பாக மாறுவதற்கு காலம் கருணை காட்டும் பருவமே கனிப்பருவம்.

அதுபோல் மனிதன் இளமையில் கொண்டிருக்கும் மூர்க்கம், வேகம், கசப்புணர்வு, பகையுணர்வு, பொறாமை என அவனிடமிருந்த கசப்புகளை எல்லாம் மெல்ல மெல்ல நீக்கி, அவன் முழுதும் இனிப்பதற்கான பருவம் முதுமையே.

முதுமையிலும் கசப்பு இருப்பின் அது கனியன்று; அது மேலும் பக்குவப்பட வேண்டிய கனி. அல்லது பயனற்ற கனி.

காலத்தால் உடற்குடுவையும் வளர்கிறது. குடுவைக்குள் இருக்கும் மனமும் வளர்கிறது. சிலரின் மனம் உடலைத் தாண்டி அதிகம் வளரும் போது, மன முதிர்ச்சி உண்டாகிறது.

முதுமை என்றால் இன்பத்திற்கு வழியில்லை. என்று பலரும் நினைக்கிறார்கள். முதுமையில்தான் வாழ்வின் பயனையும் சுவையையும் முழுமையாக நுகரமுடியும்.

வாழ்வின் அதிவேக ஓட்டத்தில், ரசனையைத் தவறவிடுகிற பரிதாபத்திற்குரிய பயணிகளாய் இங்கே பலரும் இருக்கிறார்கள்.

இளமை இருக்கும் போது அதை ஆற அமர எவரும் ரசிப்பதில்லை. இளமை, முதலில் நம் நிதானத்தை எடுத்து விழுங்கிவிடுகிறது. அதனால் அதன் சுவையை முழுமையாய்ச் சுகிக்கும் வாய்ப்பு பலருக்கும் வாய்ப்பதில்லை.

குடும்ப உறவுகளின் அன்பையும் அக்கறையையும் கூட உணர்ந்து துய்க்கும் நிதானத்தை இளமை தருவதில்லை.

தானாய்க் கிடைக்கும் ஓய்வையும், அனாவசியங்களிடம் தின்னக் கொடுத்துவிடுகிறோம். நாம் கையிலெடுக்கும் பொழுது போக்குகள், நம்மைத் தன் கையிலெடுத்து விரயமாய்ப் போக்குகின்றன.

உடலின் மதிப்பும், அதனைப் பாதுகாக்கும் அக்கறையும் கூட இளமையின் நினைவுக்கு வருவதில்லை. அவசரங்களின் ஆலாபனையில் ஆசைகளின் ஆசைகளை மயங்க வைத்துவிடுகிறோம்.

இத்தகைய அஞ்ஞான தவம், முதுமையின் சந்நிதானத்தில் கலைகிறது. முதுமை, வாழ்வின் முழுமையையே வரமாய் வாங்கிக் கொள்கிறது.

வாழ்வின் மதிப்பை மனம் உணர்கிறது. இழந்தவற்றின் உயர்வை அது எண்ணுகிறது. உடல், புலன், வாழ்க்கை ஆகியவற்றின் சிறப்பை முதுமை எண்ணிப் பார்க்கிறது. இருப்பதையாவது காத்துக்கொண்டு பயனுள்ள

வழியில் நகர்வோம் என்கிற பக்குவ ஞானத்தை மனம் எட்டிப்பிடிக்கிறது.

இளமையில் அவசரமாய்க் கேட்டுக் கடந்த இசையின் சுகம், முதுமையில் நம் அணுக்களை எல்லாம் நிறைத்து ஆனந்தம் தருகிறது.

கசந்த உறவுகளின் மீதும் காதல் ததும்புகிறது. படித்த இலக்கியங்களும் இளமையில் உணர்த்தாத அனுபவப் பொருளை எல்லாம் முதுமையில் உணர்த்துகின்றன.

இசையும் மலர்களும் கவிதையும் ஒருவருக்குக் காதலுக்குரியதாக இருந்துவிட்டால் போதும், முதுமைதான் அவர்களுக்குச் சொர்க்க உலகம்.

முதுமையின் உலகத்தில் ஆண்பெண் பேதம் கூட வேற்றுமைக் கோடுகளைக் கிழிப்பதில்லை. ஒருவரை ஒருவர் திருடிக்கொள்ளும் தவிப்பு இல்லை. அதனால் வேலிகளும் இல்லை.

காதலும் கூட முதுமையில்தான் ஆழ்ந்த தித்திப்பை அருள்கிறது. உடல் கடந்த இச்சையையும் ஈர்ப்பையும் அதுவே இருபாலரிடத்திலும் உண்டாக்குகிறது. கைசேர்த்து நடப்பதிலும் தோள்சாய்ந்து நிற்பதிலும் பல நூறு பள்ளியறைகளின் இன்பத்தை முதுமை வென்றெடுக்கிறது.

முதிய தம்பதிகளை மகிழ்விக்கத் தித்திப்புத் திசைகளைத் திறந்துவிடவும் காலம், சாவிகள் கொண்டிருக்கிறது.

முதுமையுற்ற கணவனும் மனைவியும் ஒருவரை ஒருவர், அன்பால் நீராட்டிக்கொள்ளலாம்.

இசைகேட்டு உயிர் உருகலாம். பழைய நினைவுகளில் மூழ்கி மூழ்கி முத்தெடுக்கலாம்.

அதீத அக்கறையால் தங்களைத் தாங்களே நெகிழ்வித்துக் கொள்ளலாம். தீண்டும் இன்பத்திலேயே ஆயிரம் திருவிழாவை ஆனந்தமாய்க் கொண்டாடலாம்.

இல்லற வாழ்வை அனுபவிக்கவும் முதுமைதான் பொருத்தமான புதுமைப் பருவம்.

குடும்ப உறவுகளிடமும் நேசம்காட்டி நெகிழலாம்.

பேரன் பேத்திகளுக்குக் கதை சொல்லி, அவர்களின் உலகை அழகாக்கி மகிழலாம்.

அக்கம் பக்கத்தாரிடமும் அன்பு பகிர்ந்து ஆனந்திக்கலாம்.

முதுமை, வண்ணங்களை வென்ற வண்ணம் கொண்டது. சலனங்களை வென்ற சலனம் மிக்கது. அச்சங்களை வென்ற அச்சத்தினால் ஆனது.

தொலைதூரச் சாலை போல் நமக்கு முன்னே நீண்டு கிடந்த நமது ஆயுள், சிவப்புக் கம்பளம் போல், மதிப்பாகவும் சுருக்கமாகவும் கிடக்கும் காலம், முதுமைக் காலம்.

முதுமைப் பருவத்தை சுகிப்பதற்காகத்தான் ஏனைய பருவங்களை எல்லாம் கடந்து, தாயைத் தேடிவரும் பிள்ளையைப் போல மூச்சிரைக்க ஓடிவருகிறோம்.

இந்த ஓட்டத்தில் தளர்ந்துபோன நம் உடல் உறுப்புகளை, சீராட்டிப் பாராட்டும் வாய்ப்பும் நமக்கு முதுமையில்தான் கிடைக்கிறது.

மாற்றுத்திறனாளிக் குழந்தைகளிடம் தானாய் அன்பும் அக்கறையும் பிறப்பதுபோல், மாற்றுத் திறனாளியாகும் நம் புலன்களிடம் நாம் அன்பையும் அக்கறையையும் காட்டக்கூடிய வாய்ப்பையும் நாம் முதுமையில்தான் வாய்க்கப் பெறுகிறோம்.

ரயில் பயணத்தின் போது நம் கைச்சுமையைக் வாகனத்தில் இருந்து ரயில்பெட்டிவரை தூக்கிச் சுமந்து வரும் தொழிலாளிக்கு உரிய கூலியை நாம் கொடுத்துவிடுகிறோம். ஆனால், என்றாவது ஒருநாள், வாழ்வெல்லாம் நம்மைத் தூக்கிசுமக்கும் நம் கால்களுக்கு எதேனும் செய்யவேண்டுமென்று நினைத்தோமா?

நினைத்ததைச் செய்யும் கைகளுக்கு, அவற்றின் பயனை நினைத்தாவது ஏதேனும் செய்தோமா? பிறந்ததிலிருந்து நமக்கு ஆயுளை நெய்யும் இதயத்திற்கு என்ன செய்கிறோம்? கொழுப்பைச் சேர்ந்து அதற்குத் துயரைத்தான் கொடுக்கிறோம். நம் உடலில் இருந்து நம்மை வாழ வைத்துக் கொண்டிருக்கும் அத்தனை உறுப்புகளையும் புலன்களையும் நாம் உபசரித்துக் கவனித்ததே இல்லை. உடலைப் பராமரிக்காது நாமே அதைப் பாழடைந்த வீடாக்கிவிட்டு விசும்புகிறோம். நாம் நம்மைப் பராமரிக்காமல் போனதற்கான தண்டனையாகத்தான் வலியும் நோயும் வருகின்றன. மருத்துவம் அதற்கான பிராயச்சித்தம். நம் தவறுகளுக்கு நாமே முன்வந்து ஏற்கும் தண்டனைதான் மருத்துவம் என்று நினைப்பதே, நம் மனதை இலகுவாக்கும். நோய்மை என்பது நாம் ஓடித் தேய்ந்ததற்கான அடையாளம். அது விழுப்புண்ணுக்கு நிகரான விருது.

நோய்மையை இயல்பென்று ஏற்றுக்கொள்ளும் பக்குவமும் நமக்கு

வேண்டும். இதையெல்லாம் சரிசெய்து, உடலைப் பழுது பார்த்துக் கவனிக்கத்தான் இந்த அழகிய முதுமை! முதுமையிலாவது நாம் நம் உடலைக் கொண்டாடி உயிருக்கு இன்பம் சேர்க்கலாம்.

வாழ்கையெனும் யாழை இந்த முதுமைதான் முழுதாய் நம் மனதில் கிடத்துகிறது. விருப்பம் போல் பூபாளத்தையோ சங்கராபரணத்தையோ நாம் வாசித்து மகிழலாம்.

முதுமை, மரணத்தில் இருந்து விலகி நிற்கும் பருவம். மகிழ்ச்சியாலும் நிம்மதியாலும் மரணத்தைத் தள்ளி வைக்கக் கிடைத்த பருவம்.

உற்சாகமும், அளப்பரிய மகிழ்வும், மனதின் ஆரோக்கியமும் பெருகப் பெருக, வாழ்வின் இறுதி நொடியானது நம்மைவிட்டு விலகி விலகிச் செல்கிறது.

அழகான அன்பான கருணையான நாட்களை, பூங்கொத்தைப்போல நமக்கு வழங்கிக்கொண்டே இருக்கிறது முதுமை.

நெருக்கடி மிகுந்த வேலைச் சுமைகளில் இருந்து விடுபட்டுத் தன் கையில் நிறைய சுதந்திரங்களை வைத்திருக்கிறது முதுமை.

முதுமை நினைத்தால் தனது சுதந்திரங்களில் இருந்தே, தனக்கான சொர்க்கத்தின் சிறகுகளைத் தயாரித்துக் கொள்ளலாம். மகிழ்வெனும் வானில் மனம்போல் சிறகசைக்கலாம்.

கொண்டாடப் பட வேண்டிய பருவம், நம் முதுமைப் பருவம். அது நம்மைக் கொண்டாடத்தான் வருகிறது. அதற்கு நாம் அன்போடும் மகிழ்வோடும் முடிசூட்டுவோம். நரை சுமக்கும் நாட்களை நாம் பூங்கொத்து கொடுத்து வரவேற்போம்.

■ ■ ■

மரணமெனும் மாமருந்து!

இயற்கை, எல்லோர் கோப்பையிலும் மரணம் எனும் மதுவை ஒரே அளவுதான் ஊற்றும்.

மரணமெனும் மாமருந்து!

இயற்கை, எல்லோர் கோப்பையிலும் மரணம் எனும் மதுவை ஒரே அளவுதான் ஊற்றும்.

தொடங்கிய எல்லாமும் முற்றுப் பெறுதலே இயல்பு. அதுதான் இயற்கை.

மலையில் தொடங்கிய நதி, கடலில் நிறைவை அடைகிறது.

துளிர்ப்பில் தொடங்கும் மலரின் பயணம், சருகில் நிறையை அடைகிறது.

விதையில் தொடங்கும் மரத்தின் பயணம், விறகில் நிறைவை அடைகிறது.

ஓசையின் முதற்புள்ளியில் தொடங்கும் இசையின் தொடக்கம், மௌனத்தின் தொடக்கப் புள்ளியில் நிறைவை அடைகிறது.

இப்படி எதில் ஒன்றிலோ ஆரம்பமாகும் எல்லாமும் எதில் ஒன்றிலோ நிறைவை அடையும்.

இதுதான் இயற்கை வகுத்திருக்கும் வசீகரச் சூத்திரம்.

தொடர்ச்சி ஒரு கட்டத்திற்கு மேல் அலுப்பைத் தரும். அலுப்பு தொடர்ந்தால் விரக்தி முளைக்கும். விரக்தி தொடர்ந்தாலும், முடிவைத் தேடும் வேட்கை, தானாய் முளைத்துவிடும்.

தொடர்ச்சி என்ற ஒன்று எதிலும் இல்லை; இயற்கையைத் தவிர.

வாழ்க்கையும் அவ்வாறுதான்.

அதன் தொடக்கப் புள்ளியிலிருந்து அதன் முடிவுப் புள்ளியை நோக்கி நகர்கிறது.

வாழ்வின் தொடக்கத்தை பிறப்பு என்கிறோம்.

வாழ்வின் முடிவை மரணம் என்கிறோம்.

கருவறையில் இருந்து கல்லறை நோக்கி நகரும் தொடர்வண்டி என்ஜினே நாம். இடையில் வருகின்றன உறவெனும் இணைப்புபெட்டிகள். இடையில் பொதிப்பெட்டிகளையும் நாம் இழுத்துக்கொண்டு ஓடுகிறோம். இவையெல்லாம் இடையில் நின்றுவிடும். கடைசிவரை நம்மோடு கூட

வருவது எதுவும் இல்லை.

உறவுகளை இங்கேயே விட்டுவிட்டுச் செல்வதுபோல் நாம் நம் நினைவுகளையும் இங்கேயே விட்டுவிட்டுச் செல்கிறோம். நம் அனுபவங்களும் சுக துக்கங்களும் நம் கடைசிக் கணத்தில், கணத்தில் தொலைகின்றன.

நம் பிறப்பை நம்மால் தடுக்க முடியாதது போல், நம் இறப்பையும் நம்மால் தடுக்கமுடியாது.

நாம் எங்கிருந்து வந்தோமோ அங்குதான் மரணம் நம்மை அழைத்துச்செல்லப் போகிறது. தெளிவாகச் சொல்வதானால் வெற்றிலிருந்து வந்தோம். அங்குதான் நாம் மரணத்தின் உதவியோடு செல்ல இருக்கிறோம்.

மரணத்தின் மூலம், நாம் வந்த இடத்திற்குத்தான் செல்கிறோம். வந்த இடத்தை நிரந்தரமாக்க நினைப்பது பேதமை.

பிறப்பைப் போலவே மரணமும் நம்மிடம் வந்துசெல்கிறது.

பிறப்பு நம்மைத் தொடங்கிவைக்க வருவது போல் மரணம் நம்மை முடித்துவைக்க வருகிறது.

பிறப்பு நம் வாழ்வைத் திறந்து வைத்தது போல், நம் வாழ்வின் கதவை மூடிவைக்க மரணம் நிறைவாய் வருகிறது.

பிறப்பிற்கும் இறப்பிற்கும் இடையில்தான் இந்த வாழ்க்கை. அதை அதன் சகல சுமைகளோடும் நாம் சுமந்து திரிகிறோம்.

அந்த சுமையைத் தான் மரணம் நம் மேல் இரக்கம் கொண்டு இறக்கிவைக்கிறது.

மரணம் சுமையல்ல; சுமைகளில் இருந்து விடுபடும் சுகம்.

■

மரணம் வெறுப்பதற்கும் கவலைபடுவதற்கும் அஞ்சுவதற்கும் உரியதல்ல.

வெறுப்பதாலும் கவலைப்படுவதாலும் அஞ்சுவதாலும் அதைத் தவிர்த்து விடமுடியாது.

இயலாத ஒன்றிற்காக ஏன் கவலையுற வேண்டும்?

நிலவைக் கையில் பிடிக்கமுடியவில்லை. நட்சத்திரங்களை அள்ளி

வரமுடியவில்லை. வானவில்லைச் சேகரிக்க முடியவில்லை.

சூரியனை உடைத்துக்கொண்டு வர முடியவில்லை என்றெல்லாம் என்றாவது நாம் கவலை அடைந்திருக்கிறோமா? சோகத்தில் சுருண்டிருக்கிறோமா? இல்லை.

காரணம், அவற்றின் இயல்பை புத்தி தெளிவாகவே உணர்ந்திருக்கிறது. அதனால் அவைகுறித்து நாம் அலட்டிகொள்வதில்லை.

அதுபோலத்தான் மரணமும்.

மரணத்தின் இயல்பு தெரிந்தும், அதைத்தடுக்க முடியாது என்பதை அறிந்தும் நாம் அதுகுறித்துக் கவலைப்படுகிறோம். இது பேதமையன்றி வேறென்ன?

விரும்பினாலும் விரும்பாவிட்டாலும் பிறப்பைப் போலவே மரணமும் ஒரு நாள் நம் வாசலில் வந்து நிற்கப்போகிற விருந்தினர்தான்.

தவிர்க்கமுடியாத விருந்தினர். எனவே அவருக்காக அஞ்சுவதும் அலறுவதும் வீண்முயற்சி.

சொல்லப்போனால் மரணம், ஒரு சிறையில் அடைபதற்கான ஆணையோடு வரப்போவதில்லை.

மரணம் நமக்கு விடுதலையைத்தான் கொண்டுவருகிறது.

துயரில் இருந்தும், அச்சத்தில் இருந்தும், வலிகளில் இருந்தும், கவலைகளில் இருந்தும், துரோகங்களில் இருந்தும், சுமைகளில் இருந்தும், ஏமாற்றங்களில் இருந்தும் நம்மை விடுவிக்கும் விடுதலை அது.

விடுதலையைக் கண்டு எவரேனும் அலறுவார்களா?

ஒவ்வொருவருக்கும் ஒவ்வொரு வழியில், ஒவ்வொரு வடிவில் மரணம் வரும்.

மரணம் ஒரு காதலன். அல்லது காதலி.

சிலருக்கு அது மிருதுவான முத்தம்போல் வருகிறது.

சிலருக்கு ஆறுதலான அணைப்புபோல் கிடைக்கிறது. சிலருக்கு அது பற்குறி நகக்குறி பதிக்கும் முரட்டுக் காதல்போல் மூர்க்க முகம் காட்டுகிறது. இன்னும் சிலருக்கோ அது கொடூரத் தாக்குதலாய் வருகிறது.

வருவதை இயல்பாய் ஏற்பதே முதிர்ச்சி.

மரணத்திற்கு நேரம் காலமெல்லாம் கிடையாது.

தூக்கத்திலும் வரலாம். மகிழ்விலும் வரலாம். துயரத்திலும் வரலாம். நோயிலும் வரலாம். விபத்திலும் வரலாம். பிறர் மூலமும் வரலாம். அது சிலரைத் தேடி வந்து, தன்னை வாங்கிக் கொள்ளும்படியும் அது தூண்டலாம்.

எந்த வடிவில் வந்தாலும் மரணத்தின் போது உயிர்பிரிதல் என்னும் வைபவமே அரங்கேறுகிறது.

எல்லா மரணத்திலும் இதுதான் நிகழ்கிறது.

உயர்ந்தவன் தாழ்ந்தவன் என்பதெல்லாம் மரணத்திடம் செல்லாது.

சாதிமத பேதங்களும் அதனிடம் சிபாரிசுக்குப் போகமுடியாது. அவன் அதிகாரத்தில் உள்ளவன், இவன் பாமரன் என்றெல்லாம் மரணம் பேதம் பார்ப்பதில்லை.

ஒரு வண்ணத்து பூச்சிக்கான மரணத்தின் எடை என்னவோ, அதுதான் ஒரு ஒட்டகத்தின் மரண எடையும்.

ஒரு முயலின் உடலில் இருந்து பிரிவது போல்தான், சிங்கத்தின் உயிரும் பிரிகிறது.

ஒரு எறும்பை அணுகுவது போலத்தான் பறவையையும் விலங்கையும் மனிதனையும் எளிதாக அணுகுகிறது மரணம்.

அரசனுக்கும் மந்திரிகளுக்கும் மரணம் எப்படியோ, அப்படிதான் பிச்சைக்காரனுக்கும் பாமரனுக்கும். ஏழையின் வீட்டுக்கு வருவது போல்தான் அரசன் வீட்டிற்கும் மரணம் வருகிறது.

அரசனை அழைத்துச்செல்ல என்று சிறப்பு வாகனம் எதுவும் மரணத்திடம் இல்லை.

இயற்கை, எல்லோர் கோப்பையிலும் மரணம் எனும் மதுவை ஒரே அளவுதான் ஊற்றும்.

நல்லவர் கெட்டவர், என்கிற தர்மத் தராசிலும் அது எவரையும் நிறுத்துப் பார்ப்பதில்லை.

சிசு, மழலை, இளையோர், முதியோர் என்றும் அது வயது பார்ப்பதில்லை.

கஞ்சன் என்றும் வள்ளல் என்றும் அது தன்னை அள்ளித்தருவதில் பேதம் காட்டுவதில்லை.

அறிஞன் என்றும் புலவன் என்றும் கலைஞன் என்றும் எவரிடமும் மரணம் பாரபட்சம் பார்க்காது.

மரணம் எவரிடமும் தீண்டாமையைக் கடை பிடிப்பதில்லை.

மரணத்தின் கண்களில் எல்லோரும் ஓர் நிறை. எல்லோரு ம் ஓர் எடை.

இந்த பொதுமைக் கோட்பாட்டை எந்த நிலையிலும் மரணம் கைவிடுவதில்லை.

பெரும்பாலானோருக்கு மரணத்தின் மீது பயம் வரக் காரணம், இந்த உடல் மீது அவர்கள் வைத்திருக்கும் பெருங்காதல்தான்.

தங்கள் உடலை மரணத்திடம் கொடுத்தால் அதை அது மண்ணோடு மண்ணாக்குகிறது. அல்லது எரித்துச் சாம்பலாக்குகிறது. அதனால்தான் பலரும் மரணம் என்றாலே மிரள்கிறார்கள். அதிலிருந்து தப்பிக்க, எந்தத் திசையில் ஓடுவது என்று பரிதவிக்கிறார்கள்.

உடலாசையால், மரணம் என்ற சொல்லைக் கண்டாலே அஞ்சுகிறார்கள்.

ஒன்றை அவர்கள் புரிந்துகொள்ள வேண்டும்.

ஒன்று நம்மிடம் இருப்பதாலேயே அது நமது பொருளல்ல. உடலும் அப்படித்தான்.

பணம் நம்மிடம் இருக்கும்வரை தான் நமக்குரியது.

அது எந்த நேரமும் கை மாறக்கூடியது.

பணம் என்பது தேசத்தின் சொத்து.

அதுபோல்தான், இந்த உடலும் இயற்கைக்கான சொத்து.

பிறந்த நொடியிலேயே மரணம், நம் உடலை உயில் எழுதிக்கொள்கிறது. இந்த உயில் மாற்றவும் திருத்தவும் இயலாத உயில்.

நம்மிடம் கொடுக்கப்பட்டிருக்கும் இந்த விலைமதிப்பில்லாத உடல், நம் சொத்தல்ல. இயற்கைக்குச் சொந்தமானது. அது மரணத்தின் மூலம் இயற்கையிடமே சென்று சேரவேண்டிய சொத்து.

எப்படி நம் உடல் இயற்கைக்குச் சொந்தமானது? என்ற கேள்வி எழலாம்.

மனித உடல், பஞ்ச பூதங்கள் என்று சொல்லப்படும் நீர், நிலம், தீ, காற்று, வெளி எனும் ஐம்பொருட்களின் கூட்டுப்பொருள். இது பௌதீக உடல்.

அதனால்தான்...

'அண்டத்திலுள்ளதே பிண்டம்

பிண்டத்திலுள்ளதே அண்டம்

அண்டமும் பிண்டமு மொன்றே

- என்பார் ஒரு சித்தர்.

இப்படி ஐம்பெரும் பொருளால் ஆன உடல், எரியூட்டு மூலமும் புதையூட்டு மூலமும் அதே ஐம்பொருளில் கலக்கிறது. சொல்லப் போனால் உடலைப் பொறுத்தவரை அது மறு சுழற்சியையே அடைகிறது.

மரணத்தின் பின் உடலுக்கு நிகழ்வது மறுசுழற்சியே.

இதன் அடிப்படையிலேயே மறுஜென்மக் கற்பனைகள் விதவிதமாய்ப் பூத்துக் குலுங்குகின்றன.

இதை மறு ஜென்மம் என்று நம்புவதும் நம்பாததும் அவரவர் கற்பனையப் பொறுத்ததே.

எனவே இயற்கையின் வித்தகம் மிகுந்த விகிதாச்சாரக் கலப்பாய் உருவான உடல், நமக்குச் சொந்தமானதல்ல. அது இயற்கைக்கே சொந்தமானது.

உயிரின் வாடகை வீடே உடல்.

அதை எல்லோரும் ஒரு நாள் காலி செய்தே ஆகவேண்டும்.

வாடகை வீட்டை ஆக்கிரமிக்க இயற்கையின் சட்டத்திலும் இடமில்லை.

இந்த உடல் நம்முடையது அல்ல என்ற தெளிவு வருமாயின், அது குறித்த அச்சம் நம்மிடமிருந்து இயல்பாய் விலகும்.

ஐம்பொருள் கொடுத்த உடலை நிறைவாய் அந்த ஐம்பொருளே எடுத்துக்கொள்கிறது.

மண்ணைப் பிசைந்து பொம்மை செய்து, மீண்டும் அதை மண்ணாய் உதிர்த்து விளையாடுகிறது, கடிவாளம் இல்லாத இயற்கை.

■

மனம், உயிர், ஆன்மா என்பதெல்லாம் ஒரே சுடருக்கான வெவ்வேறு பெயர்கள். இந்த சுடர் ஒரு மாயச் சுடர்.

பிறப்பின் மூலம் ஏறிவைக்கப்படுகிற சுடர்.

உயிர்ச் சுடரை ஏந்தி நகரும் தசை விளக்குகள் நாம்.

இயற்கை நம்மை ஏற்றிவைத்துத் திருவிழா கொண்டாடுகிறது.

இந்த சுடரைக் கை அமர்த்தி வைக்கவே மரணம் வருகிறது.

இந்த உயிர்ச்சுடர்தான், உடலுக்குள் வெப்பமாகவும் துடிப்பாகவும் வாழ்நாளெல்லாம் பரவி நிற்கிறது.

உயிர்ச்சுடர் அணைவதே மரணம்.

அப்போது நம் உடலின் வெப்பமும் துடிப்பும் உடலை விட்டு விலகிவிடுகிறது. அதனால்தான் உடல் சலனமற்று குளிர்ந்துவிடுகிறது.

ஐம் பொருளால் ஆன நாம், 'கண்டு கேட்டு உண்டு உயிர்த்து உற்றறியும்' ஐம்புலனுக்குள் அடைபட்டுக் கிடக்கிறோம்.

நம் ஐம்புலனுக்குப் பல கதவுகள்.

வேட்கை, ஆசை, ஒழுக்கம், விதிகள், அறம், என ஆயிரம் கதவுகள்.

நம் புலன்களுக்குள் நாம் வேட்கைகளால், ஆசைகளால், விதிகளால், அறத்தால் அடைபட்டுக்கிடக்கிறோம்.

ஆசைகளின் கை கால்கள், கட்டப்பட்டே இருக்கின்றன.

அன்பின் கைகால்களும் அப்படியே.

ஐம்புலன்களின் பசியும் முழுமையாகத் தீர்த்துவைக்கப்படாமலே வைக்கப்படுள்ளன.

இவை தீராததால்தான், மனம் மரணம் என்றாலே பதறுகிறது.

எவ்வளவு தீனி போட்டாலும் செரித்துவிடும் புலன்களுக்கு, அவற்றின் யானைப் பசி எப்படித் தீரும்?

இந்தப் பசிக்கும் பரிதவிப்புகளுக்கும் மரணம்தான் முற்றுப்புள்ளி

வைக்கிறது.

ஐம்புலன் கதவுகளின் அத்தனைத் தாழையும், ஒரே நொடியில் மரணம் பூந்தாழாய்த் திறக்கிறது.

'குடம்பை தனித்தொழியப் புள்பறந்தற்றே' என்றவாறு, ஐம்புலன் சிறைவிடுத்து நம் பறவை அமைதி வெளியில் இறங்கி நீந்துகிறது.

ஏகாந்த வானம். அசைவறு அழகிய நீச்சல்.

அதுவரை புலன்கள் சுமந்த பசியையும் பரிதவிப்பையும் மரணம் ஒரே நொடியில் நீக்கி, அவற்றை ஆழ்ந்த அமைதியில் ஆழ்த்துகிறது. நம் புலன்களை அது நிம்மதியின் மடியில் கிடத்துகிறது. புலன்களும் நிம்மதிப் புன்னகையோடு கண்களை மூடி மரணத்தால் நீடுதுயில் கொள்கின்றன. நம் அணுக்கள் அமைதியில் சங்கமிக்கின்றன. தனது மௌன யாழை மீட்டி, மரணம் நம் அணுக்களை அமைதியாய்த் தூங்கச்செய்கிறது.

நம் ஆன்மாவின் பரிதவிப்பு மிகுந்த பாடலை, மரணம் மௌனத்தில் கரைக்கிறது.

மரணம் என்பது மா விடுதலை.

ஐம்புலன்களின் இன்ப துன்பப் போராட்டங்களை அது முடித்துவைக்கிறது.

அது வலியல்ல; சுகம்.

வாழ்கை என்பதுதான் வலி. மரணம் என்பது மா மருந்து.

வலி நீக்கும் மருந்தைக் கண்டா நாம் அஞ்சுவது?.

மரணத்தின் உதடு ஊதி அணைக்காத வரை நம் உயிர்ச்சுடர் அணையப் போவதில்லை.

எனவே, அதுவரை அதன் வெளிச்சத்தில் நாம் நம் உலகை மகிழ்வாய் தரிசிக்கலாம்.

இந்த உயிர் விளக்கை, நமக்கு நாமே கருணையாலும் அன்பாலும் தூண்டிக்கொண்டால் அதிகமாகவே ஒளிரலாம்.

கிடைத்த வாழ்வை இருக்கும் வரை, நமக்கும் பிறர்க்கும் பயனுள்ளதாக்கிக் கொள்ளலாம்.

வாழ்வின் பொருளை உணர்ந்து அதன்படி வாழ்வதே அருள் வாழ்வு. அருள் என்பது பிறர் நமக்குத் தருவதல்ல. நமக்கு நாமே தருவது.

நம் அருளை நாமே முயன்று பெறுவோம்.

மரண அச்சத்தில் இருந்து நாம் விலகினால், மரணமும் நம்மிடமிருந்து சற்றே விலகும்.

■

பூமி அழகானது. வாழ்க்கை அதைவிடவும் அழகானது. நமக்காகத்தான் சூரியனும் நிலவும் விளக்கெரிக்கின்றன. நம் வாழ்வை அழகாக்கத்தான், வானம் பெய்து பூமியைப் பசுமையாக்குகிறது. நம்மை மகிழ்விக்கவே தாவரங்கள் நறுமண மலர்களைச் சொரிகின்றன. காற்று விசிறிவிடுகிறது, பறவைகள் பாடுகின்றன. அருவிகள் ஜலதரங்கம் வாசிக்கின்றன. கடலலைகள் கைதட்டுகின்றன. மலைகள் நமக்காகத் தியானிக்கின்றன. இயற்கையின் கைகள் அத்தனையும் நம் தலைமீது மலர்களை உதிர்க்கின்றன.

எனவே, கிடைத்திருக்கும் வாழ்க்கை எனும் வீணையை, விதவிதமாய் நாம் வாசிப்போம். நாம் பிறருக்காக ஏற்றும் விளக்கில்தான், நம் வாழ்க்கை முழுமையாகச் சுடர்கிறது. இருக்கும் வரை நாமே நம்மை விளக்காக்கிச் சுடர்வோம்.

நம் விளக்கில் நாமே சுடராகிச் சுடர்விடுவோம். விளக்குகள் உடையலாம். வெளிச்சத்திற்கு மரணம் இல்லை.

■ ■ ■

2020	படைப்பு பதிப்பகம் வெளியீடுகள்
	1. இடரினும் தளரினும் - விக்ரமாதித்யன் 2. கன்னத்துப்பூச்சி - மணி சண்முகம் 3. நிறமி - ஆண்டன் பெனி 4. யமுனா என்றொரு வனம் - ஆண்டன் பெனி 5. காலநதி - ஆரூர் தமிழ்நாடன் 6. என்மனார் புலவர் - கரிகாலன் 7. தேநீரைக் கைதொழுதல் - மணி சண்முகம் 8. பெருஞ்சொல்லின் குடல் - மா.காளிதாஸ் 9. கவிதை அனுபவம் - இந்திரன் | வ.ஐ.ச.ஜெயபாலன் 10. புத்தனின் கடைசி முத்தம் - லக்ஷ்மி 11. நீந்தத் தெரியாத அய்யனார் குதிரை - வீ கதிரவன் 12. நோம் என் நெஞ்சே - கரிகாலன் 13. உதிர் நிழல் - கி.கவியரசன் 14. தனிமை நாட்கள் - பிரபுசங்கர் க 15. சிப்ஸ் உதிர் காலம் - கவிஜி 16. மணிப்பயல் கவிதைகள் - மணி அமரன் 17. கார்முகி - கோபி சேகுவேரா 18. சைகைக் கூத்தன் - முகமது பாட்சா 19. பொய்மசியின் மிச்சம் - மதுசூதன் 20. ஆ காட்டு - மு.முபாரக் 21. முழு இரவின் கடைசித் துளி - ப.தனஞ்ஜெயன் 22. புத்தன் மீன் வளர்க்க ஆசைப்படுகிறான் - வழிப்போக்கன் 23. யாயும் ஞாயும் - ஜே.ஜே.அனிட்டா

	படைப்பு பதிப்பகம் வெளியீடுகள்
2020	24. THE LIBERATION SONG OF A WOMENS BODY - Dr.NaliniDevi 25. கெணத்து வெயிலு - காதலாரா 26. காலாதீதத்தின் சுழல் - ரத்னா வெங்கட் 27. பெண் பறவைகளின் மரம் - மதுரா (தேன்மொழி ராஜகோபால்) 28. நட்ட கல்லும் பேசுமோ - பிரேமபிரபா 29. நீ துளையிட்ட எனது புல்லாங்குழல் - ஜின்னா அஸ்மி 30. நான் உன்னுடைய துறவி - தி.கலையரசி 31. பழுத்த இலையின் அடுத்த நொடி - குமார் சேகரன் 32. நீளிடைக் கங்குல் - ராஜி வாஞ்சி 33. மைனாவை பேசச்சொல்லி கேட்பவர்கள் - ஜின்னா அஸ்மி (படைப்பு மின்னிதழ்களில் வந்த கவிதைகளின் தொகுப்பு) 34. 64 கட்டங்களில் தனித்திருக்கும் ராணி - ஷெண்பா 35. பச்சையம் என்பது பச்சை ரத்தம் - பிருந்தா சாரதி 36. ஏவாளின் பற்கள் - காயத்ரி ராஜசேகர் 37. உன் கிளையில் என் கூடு - கனகா பாலன் 38. கீரக்காரம்மா - முத்து விஜயன் 39. அக்கை - அழ ரஜினிகாந்தன் 40. அம்மே - சலீம் கான் (சகா) 41. ஹைக்கூ தூண்டிலில் ஜென் - கோ.லீலா 42. வாவ் சிக்னல் - ராம்பிரசாத் 43. புரவிக் காதலன் - 14 எழுத்தாளர்கள் 44. குடையற்றவனின் மழை - கா.அமீர்ஜான் 45. நெடுநல் இரவு - மௌனன் யாத்ரிகா

	படைப்பு பதிப்பகம் வெளியீடுகள்
2019	1. நம் காலத்துக் கவிதை – விக்ரமாதித்யன் 2. ஆரிகாமி வனம் – முகமது பாட்சா 3. எறும்பு முட்டுது யானை சாயுது – கவிஜி 4. சொல் எனும் வெண்புறா – மதுரா (தேன்மொழி ராஜகோபால்) 5. யாவுமே உன் சாயல் – காயத்ரி ராஜசேகர் 6. நீர்ப்பறவையின் எதிரலைகள் – குமரேசன் கிருஷ்ணன் 7. பொலம்படை கலிமா – ஜோசப் ஜூலியஸ் 8. நீ பிடித்த திமிர் – அகதா 9. இசைதலின் திறவு – ஜானு இந்து 10. மறை நீர் – கோ. லீலா 11. தேநீர் கடைக்காரரின் திரவ ஓவியம் – பிரபு சங்கர். க 12. எரியும் மூங்கில் இசைக்கும் நெருப்பு – நடன. சந்திரமோகன் 13. வேர்த்திரள் – சலீம் கான் (சகா) (பரிசுப்போட்டிக்கு வந்த கவிதைகளின் தொகுப்பு) 14. வான்காவின் சுவர் – ஜின்னா அஸ்மி (படைப்பு மின்னிதழ்களில் வந்த கவிதைகளின் தொகுப்பு) 15. இருளும் ஒளியும் – பிருந்தா சாரதி
2018	1. நீர் வீதி – ஜின்னா அஸ்மி (படைப்பு மின்னிதழ்களில் வந்த கவிதைகளின் தொகுப்பு) 2. பாதங்களால் நிறையும் வீடு – ஜின்னா அஸ்மி (பரிசுப்போட்டிக்கு வந்த கவிதைகளின் தொகுப்பு) 3. உயிர்த்திசை – சலீம் கான் (சகா) (பரிசுப்போட்டிக்கு வந்த கவிதைகளின் தொகுப்பு) 4. வெட்கச் சலனம் – அகராதி 5. சிண்ட்ரெல்லாவின் தூரிகை – குறிஞ்சி நாடன் 6. அசோகவனம் செல்லும் கடைசி ரயில் – அகதா 7. என் தெருவில் வெஸ்ட் மினிஸ்டர் பாலம் – கோ. ஸ்ரீதரன் 8. அஞ்சல மவன் – கட்டாரி 9. கடவுள் மறந்த கடவுச்சொல் – ஜின்னா அஸ்மி 10. கை நழுவும் கண்ணாடிக் குடுவை – கவி விஜய்
2017	1. மௌனம் திறக்கும் கதவு – ஜின்னா அஸ்மி (படைப்பு மின்னிதழ்களில் வந்த கவிதைகளின் தொகுப்பு) 2. நதிக்கரை ஞாபகங்கள் – ஜின்னா அஸ்மி (பரிசுப்போட்டிக்கு வந்த கவிதைகளின் தொகுப்பு) 3. உடையாத நீர்க்குமிழி – ஜின்னா அஸ்மி (பரிசுப்போட்டிக்கு வந்த கவிதைகளின் தொகுப்பு) 4. இந்தப் பூமிக்கு வானம் வேறு – ஆண்டன் பெனி 5. நிலவு சிதறாத வெளி – காடன் (சுஜய் ரகு) 6. இலைக்கு உதிரும் நிலம் – முருகன். சுந்தரபாண்டியன் 7. நிசப்தங்களின் நாட்குறிப்பு – குமரேசன் கிருஷ்ணன் 8. நினைவிலிருந்து எரியும் மெழுகு – ஆனந்தி ராமகிருஷ்ணன்